# THE VIETNAMESE STREET FOODIES GUIDE

**VIETNAMESE TO ENGLISH STREET FOOD TRANSLATIONS**

PAGE ADDIE PRESS
UNITED KINGDOM

Copyright©2023 by Fat Noodle

All rights reserved. No reproduction, copy or transmission of this
Publication may be made without written permission from the author.
No paragraph of this publication may be reproduced, copied or transmitted
Save with written permission or in accordance with provisions of the
Copyright,
Designs and Patents Act 1988, or under the terms of any license permitting
limited copying, issued by the Copyright Licensing Agency,
The Author has asserted his right to be identified as the author
Of this work in accordance with the Copyright, Design and Patents Act 1988
The Vietnamese Street Foodies Guide. Vietnamese to English Food
Translations.
ISBN: 978-0-9928114-4-0
BIC Subject category: 1 Travel-Vietnam. 2 Cooking-Vietnamese. 3 Food-
Vietnamese. 4 Translations-Vietnamese to English. 5 Food Guide. 6 Street
food-Vietnamese.
Page Addie Press Great Britain.

A catalogue record for this book is available from the English Library.

# CONTENTS

**VIETNAMESE STREET FOOD**..................9
**WHAT'S ON THE MENU** ...........................17
**BÁNH** ........................................................17
*RICE CAKES AND COOKIES*

**BIA HOI** ....................................................23
*NOTED FOR LOCALLY BREWED BEER AND REGIONAL FOOD DISHES*

**BÒ** .............................................................27
*BEEF*

**BÚN** ..........................................................28
*NOODLES*

**CÁ** ............................................................30
*FISH*

**CHÁO** .......................................................31
*RICE GRUEL*

**CHÈ** ..........................................................32
*SWEET SOUP OR FINELY CRUSHED ICE WITH FRESH/ PRESERVED FRUIT*

**CHIM** ........................................................34
*BIRD*

**CƠM** .........................................................36
*RICE*

**ĐỒ UỐNG** .................................................38
*DRINKS*

**ẾCH** ..........................................................47
*FROG*

| | |
|---|---|
| **GÀ** | 47 |
| *CHICKEN* | |
| **HẢI SẢN** | 51 |
| *SEA FOOD* | |
| **HỦ** | 55 |
| *TOFU* | |
| **KEM** | 56 |
| *ICE CREAM* | |
| **KHOAI** | 57 |
| *POTATO* | |
| **LẨU** | 57 |
| *HOT POT* | |
| **LƯƠN** | 60 |
| *EEL* | |
| **MỰC** | 61 |
| *SQUID* | |
| **MỲ** | 63 |
| *PASTA NOODLE* | |
| **NEM** | 64 |
| *MEAT* | |
| **NỘM / GỎI** | 66 |
| *SALADS* | |
| **NƯỚNG** | 68 |
| *GRILL / BARBECUE* | |
| **ÔC** | 72 |
| *SNAILS* | |
| **PHỞ** | 73 |
| *NOODLE SOUP* | |
| **SỮA CHUA** | 75 |

*YOGURT*

**SỦI CẢO** .................................................. 76
*DIM SIMS/ WONTONS*

**VỊT** ........................................................... 76
*DUCK*

**XÔI** .......................................................... 77
*STICKY RICE*

**A-Z FOOD & DRINKS** .............................. 81

**COOKING METHODS** ............................ 145

**HẤP** ....................................................... 145
*STEAMED*

**NƯỚNG** ................................................ 147
*GRILLED/BAKED*

**LUỘC** .................................................... 152
*BOILED*

**RANG** .................................................... 152
*ROASTED*

**XÀO/CHIÊN** ........................................... 155
*SAUTEED/FRIED*

**STREET FOOD ADDRESSES** ................ 164

**SPEAKING VIETNAMESE** ...................... 199

**FAT NOODLE STREET GUIDES** ............ 202

# VIETNAMESE STREET FOOD

Welcome to Fat Noodle's
Vietnamese to English translation
of over 600 delicious Vietnamese
street food dishes.

We're foreign residents who have lived in Vietnam for seven years, and as a Vietnamese friend said, *'Now you have the Hong(red) River running in your veins.' (The Red River runs from China, through Hanoi to the Tonkin Gulf.)*

When we arrived here seven years ago, we didn't know Phở Ga (chicken soup) from Phở Bo (Beef soup). We eat so much street food that the local Vietnamese call us the Fat Noodles. With all this tasty cuisine and cooking right on the street, we got busy translating (eating and drinking) more than six hundred street food dishes to share with our foreign friends and visitors.

The Fat Noodles are out on the streets discovering local flavours. The lemon grass, limes and chili of it all. From Vietnam's favorite Phở - (Noodle soup) to more exotic eastern dishes like Bún ốc chuối đậu - (Noodles with snails, green bananas & tofu) or a simple glass of Chanh tươi - (Fresh lemon juice). We're now bigger people. So that's why we call this foodies guide, Fat Noodle, in case you were wondering. We love street food and we're addicted to eating on the street with the local Vietnamese people.

We're not talking about a cookbook here. We're talking about street food. Fat Noodle is an English translation of Vietnamese street food. Fat Noodle's book of Vietnamese street food translations is all you need to bring to the table. Fat Noodle is your instant culinary guide to the bustling street food culture of Vietnam.

When you arrive here, you'll find that all the street menus are in Vietnamese. Of course, you're in Vietnam. It's something you don't think about when you're packing your bags to come here. If you don't know how to speak

Vietnamese, it's surprising how difficult it can be to get a drink of Nước (Water). You're thirsty, you want a cold drink. You look at the menu board and nothing is in English. What is trà đá? Ah! With Fat Noodle it's easy, trà đá is (iced tea).

Simple to use and packed with options that help you discover ingredient rich local dishes. You'll be ordering up Bánh chay (glutinous boiled sweet rice balls) and Bánh chuối chiên (banana pancake) in a flash. With Fat Noodle's Vietnamese to English food translations, you can check the menu and find out what's cooking in that steaming pot over the fire.

Why is street food so essential to life in Vietnam? The street food of Vietnam is a culture and a way of life for Vietnamese people. It's origins are of the country and from the rural landscape of Vietnam.

To experience Vietnamese cooking culture for yourself, just put your camera away and sit down with Fat Noodle's translations and eat Vietnamese food like a local. You'll enjoy the real tastes of Vietnam when you eat on the street. You'll discover Vietnam at its most authentic.

# DISCOVERING STREET FOOD

You'll discover street food in every alley and in all the city streets. Some vendors just serve one kind of food like Xoi (sticky rice). Lâu and Phở restaurants serve a big selection of dishes in the one restaurant. You can expect to get dishes of beef, seafood, frog, crocodile, pork or chicken. Then there are the street restaurants that specialize in dishes such as chicken or beef or seafood.

Street vendors also specialise in food cooked in different methods, for example: Luộc - Boiled, Xào - Sauteed, Chiên - Fried, Hướng - Grilled/Baked, Hấp - Steamed, Rang - Roasted.

So a Ga restaurant specialising in chicken dishes would advertise on a road side board in big letters... roasted chicken, stir fried chicken and boiled chicken. You can expect to see it looking like this minus the English translation.

## Gà Rang
(Gà - chicken. Rang - roasted)

### Gà Xào
(Gà - chicken. Xao - stir fried)

### Gà Luộc
(Gà - chicken. Luoc - boiled)

Street eating in Vietnam can be the highlight of your trip. With Fat Noodle as your guide, street food is now an incredible journey of culinary discovery. So use your noodle.

## HOW TO USE FAT NOODLE

In Fat Noodle there are four main sections to help you discover street food.

## WHAT'S ON THE MENU?

This will tell you all the dishes available in a particular type of food such as Hải Sản - Sea Food or Cơm - Rice. Bò - Beef dishes, Bún - Noodles, Cá - Fish, Ếch - Frog or Ốc - Snails.

## A-Z DISHES/DRINKS

In the A-Z you'll find all the street food dishes, in alphabetical order, making it a quick and easy way to work out what's on the menu.

## COOKING METHODS

Here you will get more information on how a dish is cooked. Such as Nướng - barbecued or Xào-sautéed dishes.

## STREET FOOD ADDRESSES

Here you'll find street addresses of restaurants and stalls to get you started on your street food journey.

Street Food in Vietnam is an incredible journey of culinary and cultural discovery.

**'Thưởng thức'**
(Enjoy)

# WHAT'S ON THE MENU

## BÁNH
RICE CAKES AND COOKIES

**Bánh bao**
*Soft white bun*

**Bánh bao chiên**
*Fried soft white bun*

**Bánh bao đặc biệt**
*Soft white bun with specialty filling*

**Bánh bao hấp nhân lạp xưởng**
*Steamed soft white bun with Chinese sausage*

**Bánh bao hấp nhân thịt**
*Steamed soft white bun with meat*

**Bánh bao hấp nhân trứng**
*Steamed soft white bun with egg*

**Bánh bèo**
*Leaf shaped Hue delicacies eaten between meals Green onion and chopped shrimp*

**Bánh đúc nộm**
*Rice flour cake with peanut sauce*

**Bánh trôi tàu**
*Large Chinese glutinous sweet rice balls served in sweet boiled water*

**Bánh bao chay**
*Vegetable dumpling*

**Bánh bao chiên nhân thịt**
*Deep fried dumplings with pork*

**Bánh bèo chén**
*Tapioca cake with shredded shrimp*

**Bánh bột lọc**
*Tapioca cake with pork and shrimp*

**Bánh chay**
*Small Chinese glutinous boiled sweet rice balls*

**Bánh chưng rán**
*Fried glutinous rice cake with egg and meat cooked into the middle*

**Bánh chuối chiên**
*Banana pancake*

**Bánh cuốn**
*Rice pancakes*

**Bánh cuốn chả quế**
*Steamed rice rolls with grilled pork sausage*

**Bánh cuốn chả rán**
*Grilled rice roll*

**Bánh cuốn chả**
*Rolled rice pancake with meatballs*

**Bánh cuốn chay lẫn chả rán, thịt nướng, ruốc tôm**
*Grilled vegetarian kebabs and shrimp pancake*

**Bánh cuốn chay ruốc tôm**
*Shrimp rice pancake*

**Bánh cuốn chay thịt nướng**
*Barbecued rolled vegetarian rice pancake*

**Bánh cuốn chay**
*Fried rice pancake*

**Bánh cuốn cua**
*Rolled rice pancake with crab*

**Bánh cuốn nhân chả rán**
*Grilled rolled rice pancake*

**Bánh cuốn nhân ruốc tôm**
*Shrimp rolled in a grilled rice pancakes*

**Bánh cuốn nhân thịt**
*Steamed rice rolls stuffed with pork and mushrooms*

**Bánh cuốn thịt**
*Rolled rice pancake with meat*

**Bánh cuốn tôm**
*Rolled rice pancake with shrimp*

**Bánh đa cua**
*Rice crab pancake and noodles*

**Bánh dày giò**
*Sticky rice pancake rounds with a sausage slab in between the pancakes*

**Bánh đúc**
*Non-glutinous rice flour mixed with water and cooked on the hot plate*

**Bánh đúc nóng**
*Hot rice flour cake with ground pork*

**Bánh giò**
*Fried non-glutinous rice pancake with shrimp or meat*

**Bánh gối**
*Deep fried meat pastry samosa*

**Bánh huế chả nem**
*Hue rice cakes with grilled pork and meat balls*

**Bánh khoai chiên**
*Sweet potato pancake*

**Bánh khoai**
*Sweet potato pancake*

**Bánh mì**
*Bread roll*

**Bánh my**
*Bread roll*

**Bánh nếp**
*Glutinous rice pancake*

**Bánh rán nhân đậu xanh**
*Deep fried meat balls stuffed with mung beans*

**Bánh rán nhân đậu xanh**
*Fried green peas rolled in a rice pancake*

**Bánh rán nhân thịt**
*Fried meat rolled in a rice pancake*

**Bánh tẻ**
*Non-glutinous rice pancake*

**Bánh trôi**
*Glutinous boiled sweet rice balls with a brown sugar cube in the middle*

**Bánh trứng cút**
*Quail egg in a fried rice cake*

**Bánh trứng kiến**
*Sweet dessert or snack parcels made with gelatinous rice*

**Bánh trứng mận lạp sườn**
*Fried rice cake with plum sausages*

**Bánh trứng mực**
*Squid in a fried rice cake*

**Bánh trứng nhện**
*Baked cookie made with egg*

**Bánh trứng nướng**
*Baked egg quiche*

**Bánh trứng sữa**
*Custard pie*

**Bánh xèo**
*Crisp pancakes with shrimp and pork*

**Bánh xèo miền bắc**
*Crisp pancakes from the northern part of Vietnam*

**Bánh xèo miền tây**
*Crisp pancakes from western highlands*
**Bánh xèo miền trung**
*Crisp pancakes from the central part of Vietnam*
**Bánh xèo tôm**
*Crispy pancakes with shrimp*

## BIA HOI
NOTED FOR LOCALLY BREWED BEER AND REGIONAL FOOD DISHES

**Bắp Bòtai**
*Veal*
**Be tái chanh**
*Sautéed cow (rare) with lemon grass*
**Bê xào lăn**
*Sautéed veal*
**Bê xào xả ớt**
*Sautéed cow and fried peppers*
**Bò lúc lắc híp hốp**
*Thick cuts of beef*
**Bò xào cần tỏi**

*Sauteed with garlic*
## Cá rò ron mắt huyền
*Small hole fried pond fish*
## Các loại rau theo mùa
*Seasonal vegetables*
## Chả cá lương sơn bạc
*Best fish from the provincial pond of Luong Son Bac (near Hanoi)*
## Chân giò hun muối
*Salted smoked ham*
## Chỉ châm mâm tép
*Shrimp sauce*
## Chỉ nướng hành hoa
*Grilled onion*
## Chỉ rang cháy cạnh
*Well done roasted thick bacon*
## Cỏm rang cải gà
*Finely sliced chicken fried rice*
## Cua dồng
*Copper coloured crab*
## Đâu phu xào xả ớt
*Sautéed tofu with chilli peppers*
## Dưa xào

*Fried melon*

**Súp gà nắm**
*Specially grown chickens*

**Gà thốc bắc**
*Special Chinese style chicken*

**Gân bò xào dưa**
*Pickled beef tendon*

**Gio chả ruốc**
*Two types of sausage with shrimp paste and pork shavings*

**Lẩ gà sụn sươn gầu bò**
*Soft beef and chicken chunks in a beef soup*

**Liến Béo**
*Fatty beef*

**Mồng giòn bi**
*Crispy spinach balls*

**Nam bò tươn gừng**
*Fatty beef and ginger*

**Ngô luộc**
*Sweet corn on the cob*

**Ngô mỹ chiên bơ**
*American corn, fried with butter*

**Óc trần**

*Brains*

**Rang me**
*Roasted tamarind*

**Rau muống xào tỏi**
*Stir fried water spinach with garlic*

**Rau**
*Vegetables*

**Rau xáo theo mùa**
*Stir fried seasonal vegetables*

**Su su luộc chấm vừng**
*Chayote fruit boiled served with sesame seeds*

**Sun sườn chua ngọt**
*Sweet and sour ribs*

**Sườn chua ngọt**
*Sweet and sour pork chops*

**Sươn ràn sốt me**
*Big cuts of beef ribs in tamarind sauce*

**Tái gầu**
*Rare beef soup*

**Tái**
*Cooked rare*

**Trach tố nữ mắt tròn**

Snake Head fish (Eel like fish) from a pond

**Xào xả ớt**
*Fried peppers*

**Vó bò mai đông**
*Beef tendons*

**Xoi lạp sườn**
*Sticky rice with Italian salami style sausage*

# BÒ
## BEEF

**Bắp trâu rang muối**
*Salted roasted buffalo and corn*

**Bít tết**
*Beef steak*

**Bò lúc lắc**
*Fried sirloin beef chunks*

**Bò tái cuốn lá cải**
*Beef rolled in cabbage leaf*

**Bò xào dưa chua**
*Stir fried beef and pickles*

**Bò xào ót đà lạt**
*Chilli fried beef with Da Lat lemon grass*

**Bò xào xả ớt**
*Stirred fried beef and chilli*
**Thịt kho tộ**
*Braised meat*

# BÚN
NOODLES

**Bún bò Huế**
*Noodles with beef, Hue style*
**Bún bò nam bộ**
*Noodles with beef,
Saigon style*
**Bún bung**
*Noodles with pig's flank*
**Bún cá**
*Noodle and fish*
**Bún chả**
*Noodles with barbecued pork patties Very popular lunch especially in Hanoi*
**Bún chân giò**
*Noodles with pig's trotters*
**Bún đậu mắm tôm**

*Noodles with tofu and shrimp sauce*

**Bún gà mọc**
*Noodles with chicken meatballs*

**Bún gà**
*Noodles with chicken*

**Bún giả cầy**
*Noodles with green bananas and pig's trotters*

**Bún măng ngan**
*Noodles with bamboo shoots and goose*

**Bún mọc**
*Noodles with meatballs*

**Bún ốc canh chua**
*Noodles with snails and tomatoes*

**Bún ốc chuối đậu**
*Noodles with snails, green banana & tofu*

**Bún riêu**
*Noodles and crab*

**Bún xào hải sản**
*Stir fried noodles with seafood*

# CÁ
## FISH

**Cá chép chiên xù**
*Deep fried whole carp*

**Cá chép hấp gừng hành**
*Steamed carp and ginger*

**Cá chép om dưa**
*Braised pickled carp*

**Cá diêu hồng hấp nấm**
*Steamed whole carp and mushrooms*

**Cá diêu hồng**
*Steamed whole carp*

**Cá kho tộ**
*Braised whole fish*

**Cá kho tộ miền nam**
*Braised casserole fish*

**Các món xào hấp**
*Stir fried steamed fish*

# CHÁO
## RICE GRUEL

**Chao bò băm**
*Minced beef soup*

**Cháo cá**
*Rice gruel with fish*

**Cháo chim**
*Rice gruel with sparrow*

**Cháo gà**
*Chicken gruel*

**Cháo lươn**
*Eel gruel*

**Cháo ngao**
*Clam gruel*

**Cháo sườn**
*Rice gruel with pork knuckle*

**Cháo thịt**
*Rice gruel with meat*

**Cháo tim**
*Heart gruel*

**Cháo trai**
*Rice gruel with oysters*

# CHÈ
## SWEET SOUP OR FINELY CRUSHED ICE WITH FRESH/PRESERVED FRUIT

## Chè bà ba
*Sweet potato in coconut milk*

## Chè bà cốt xôi vò
*Finely crushed ice with green peas in a coating of sticky rice*

## Chè bắp
*Sweet corn dessert soup*

## Chè bưởi
*Finely crushed ice with grapefruit*

## Chè chuối hấp
*Steamed banana in coconut milk*

## Chè đậu đen nước dừa
*Black bean dessert soup in coconut milk*

## Chè đỗ đen
*Finely crushed ice with black beans*

## Chè hạt sen
*Lotus seed dessert soup*

## Chè hoa cau
*Sweet tapioca soup with mung beans*

**Chè khoai môn**
*Finely crushed ice with taro*

**Chè long nhãn**
*Finely crushed ice with Longan fruit*

**Chè ngô cốm**
*Finely crushed ice with green rice and sweet corn*

**Chè nhãn nhục**
*Dried longan dessert soup*

**Chè rong biển**
*Finely crushed ice with seaweed flavour*

**Chè sen dừa**
*Crushed ice with lotus nut and coconut*

**Chè sương sa hột lựu**
*Jelly, water chestnuts, tapioca pearls & coconut milk*

**Chè thạch chân châu**
*Sweet jelly dessert soup*

**Chè thập cẩm**
*Crushed ice and a range of fresh, dried and preserved fruit*

**Chè thưng**
*Floured mung beans and peanuts in coconut milk*

**Chè xoài**
*Crushed ice with mango*

**Chuối chiên cốt dừa**
*Fried banana with coconut and crushed ice*

**Đá nhuyễn rau câu**
*Finely crushed ice with seaweed jelly*

# CHIM
BIRD

**Chim câu hấp xôi**
*Pigeon in sticky rice*

**Chim câu**
*Pigeon*

**Chim chua ngọt**
*Sweet and sour bird*

**Chim hấp**
*Steamed bird*

**Chim ngọt nấm**
*Sweet bird and mushroom*

**Chim nướng**
*Baked bird*

**Chim quay**
*A small bird served whole fried or roasted*

**Chim rắn**
*Small bird roasted or fried whole*

**Chim tần nấm**
*Bird and different types of fungi/mushrooms*

**Chim tấn sâm**
*Water bird and ginseng*

**Chim tấn sen nấm hương**
*Bird mushrooms and lotus flower*

**Chim tần thuốc bắc**
*Medicinal dish of bird and herbs*

**Chim xào chua**
*Sauteed bird and tomatoes*

**Chim xao nấm**
*Bird and mushrooms*

# CƠM
RICE

### Cơm bê xào xả ớt
*Fried rice with veal and chilli*

### Cơm bò xào thập cẩm
*Mixed beef fried rice*

### Cơm cá
*Rice and fish*

### Cơm chuối xào ốc đặc
*Special banana fried rice*

### Cơm đảo gà rang
*Roasted chicken and rice*

### Cơm gà
*Rice with chicken*

### Cơm hến
*Rice with clams (from Hue)*

### Cơm long xào dưa
*Fried rice with melon*

### Cơm phở xào
*Stir fried rice noodle soup*

### Cơm rang bò
*Beef fried rice*

**Cơm rang cua**
*Fried rice with crab*

**Cơm rang dưa bò**
*Fried rice with pickles & beef*

**Cơm rang dưa gò**
*Fried rice and coconut*

**Cơm rang**
*Field rice*

**Cơm rang gà**
*Chicken fried rice*

**Cơm rang hải sản**
*Seafood fried rice*

**Cơm rang mề**
*Fried chicken gizzards*

**Cơm rang thập cẩm**
*Mixed fried rice*

**Cơm rang thập cẩm**
*Fried rice mixed with vegetables and meat*

**Cơm rang**
*Fried rice and pilau*

**Cơm thịt gà rán**
*Chicken fried rice*

**Cơm thịt rang**
*Roasted meat and rice*

**Cơm tôm**
*Rice and shrimp*

**Cơm trắng**
*Steamed rice*

## ĐỒ UỐNG
DRINKS

**Bia**
*Beer*

**Bột săn**
*Tapioca drink*

**Cá phê**
*Coffee*

**Cá phê đen đá**
*Black coffee with ice*

**Cá phê đen nóng**
*Hot black coffee*

**Cà phê fin Vietnam**
*Drip filtered coffee*

**Cà phê sữa chua**
*Coffee with yogurt or fresh milk*

**Cà phê sữa đa**
*Iced coffee and condensed milk*

**Cà phê sữa**
*Coffee and condensed milk*

**Café cốt đừa**
*Coffee and coconut*

**Cacao đá**
*Chocolate with ice*

**Cacao nóng**
*Hot chocolate*

**Ép**
*Fresh fruit or vegetable juice*

**Cà rốt ép**
*Carrot juice*

**Dừa ép**
*Coconut juice*

**Dứa ép**
*Pineapple juice*

**Dưa ép**
*Watermelon juice*

**Ổi ép**
*Green guava juice*

**Cam nước chất**
*Orange juice with fresh water*

**Cam nước**
*Orange juice with water*

**Chang leo**
*Passion fruit juice and water*

**Chang muối**
*Salted lemon juice*

**Chanh tươi**
*Fresh lemon juice*

**Hoa quả dầm**
*Fruit flower juice*

**Mía**
*Sugar cane juice*

**Mía đá**
*Sugar juice with ice*

**Mo muối**
*Salted apricot drink*

**Nước la vie**
*Bottled La Vie water*

**Nước ngọt**
*Filtered spring water*

**Nước**
*Water*

**Rượu gạo**
*Rice wine*

**Rượu**
*Alcohol*

**Sinh tố**
*Smoothies with sweet condensed milk*

**Sinh tố bơ**
*Avocado smoothie*

**Sinh tố cà rốt**
*Carrot smoothie*

**Sinh tố cam**
*Orange smoothie*

**Sinh tố chanh leo**
*Passion fruit smoothie*

**Sinh tố chanh**
*Lemon smoothie*

**Sinh tố chuối**
*Banana smoothie*

**Sinh tố dâu**
*Strawberry smoothie*

**Sinh tố đu đủ**
*Papaya smoothie*

**Sinh tô dua ep**
*Coconut juice smoothie*

**Sinh tố dưa hấu**
*Watermelon smoothie*

**Sinh tố dứa**
*Pineapple smoothie*

**Sinh tố mãng cầu**
*Custard apple smoothie*

**Sinh tố thanh long**
*Dragon fruit smoothie*

**Sinh tố thập cẩm**
*Mixed fruit smoothie*

**Sinh tố xoài**
*Mango smoothie*

**Sữa chua nếp cẩm**
*Yogurt and mixed fruit*

**Sữa chua thach**
*Yogurt*

**Sữa đá**
*Milk with ice*

**Sữa dấu nành**
*Soy milk*

**Sữa tươi**
*Fresh milk*

**Trà**
*Tea*

**Hồng trà**
*Red tea*

**Trà atiso**
*Artichoke tea*

**Trà bi đào**
*Winter melon tea*

**Trà chang**
*Lemon tea*

**Trà đá**
*Iced tea*

**Trà gừng**
*Ginger tea*

**Trà hương bạc hà**
*Mint tea*

**Trà hương đào**
*Peach tea*

**Trà hương đâu**
*Strawberry tea*

**Trà hương nhài**
*Jasmine tea*

**Trà hương**
*Sen lotus tea*

**Trà nóng**
*Hot tea*

**Trà vàng**
*Gold tea*

**Trà xanh**
*Green tea*

**Trà Sữa**
*Bubble milk tea*

**Trà sữa trân châu bạc hà**
*Bubble milk tea with mint*

**Trà sữa trân châu chanh leo**
*Bubble milk tea with passion fruit*

**Trà sữa trân châu dâu tây**
*Bubble milk tea with strawberry*

**Trà sữa trân châu dưa hấu**
*Bubble milk tea with watermelon*

**Trà sữa trân châu dưa vàng**
*Bubble milk tea with yellow melon*

**Trà sữa trân châu dừa**
*Bubble milk tea with coconut*

**Trà sữa trân châu khoai môn**
*Bubble milk tea with taro*

**Trà sữa trân châu kiwi**
*Bubble milk tea with kiwi fruit*

**Trà sữa trân châu mật ong**
*Bubble milk tea with honey*

**Trà sữa trân châu nho**
*Bubble milk tea with grape*

**Trà sữa trân châu rau câu cam**
*Bubble milk tea with orange jelly*

**Trà sữa trân châu rau câu dâu tây**
*Bubble milk tea with strawberry jelly*

**Trà sữa trân châu rau câu dừa**
*Bubble milk tea with coconut jelly*

**Trà sữa trân châu rau câu khoai môn**
*Bubble milk tea with taro jelly*

**Trà sữa trân châu rau câu nho**
*Bubble milk tea with grape jelly*

**Trà sữa trân châu rau câu táo**
*Bubble milk tea with apple jelly*

**Trà sữa trân châu rau câu**
*Bubble milk tea with jelly*

**Trà sữa trân châu socola**
*Bubble milk tea with chocolate*

**Trà sữa trân châu táo xanh**
*Bubble milk tea with green apple*

**Trà sữa trân châu xoài**
*Bubble milk tea with mango*

**Trân châu Pearl**
*Pearl buffalo milk tea*

# ẾCH
## FROG

**Ếch chiên bơ tỏi**
*Fried frog in butter and garlic*

**Ếch rang muối**
*Roasted frog with salt*

**Ếch xào lăn**
*Fried frog*

**Ếch xào măng**
*Fried frog and bamboo shoots*

# GÀ
## CHICKEN

**Chân gà luộc**
*Boiled chicken feet*

**Chân gà nướng**
*Grilled chicken legs*

**Cháo gà**
*Chicken soup*

**Chim tần**
*Spiced steamed bird*

## Đùi gà nướng lá chanh
*Roasted crispy chicken leg and lemon leaves*

## Gà ác
*Evil chicken A special small chicken with black feathers on its legs Sometimes the skin of the chicken is black*

## Gà ác nấm
*Evil chicken with mushrooms (A special small chicken with black feathers on its legs)*

## Gà ác ngọt nấm
*Evil chicken with fresh mushrooms (A special small black footed chicken, sometimes with black flesh)*

## Gà ác sâm
*Evil chicken and ginseng*

## Gà ác thuốc bắc
*Herbal medicinal evil chicken*

## Gà ác xào chua
*Sour chicken*

## Gà chặt
*Chopped chicken*

## Gà chọi các món
*Fighting cock*

**Gà đông cảo**
*Special kind of fat chicken feet*

**Gà luộc**
*Boiled chicken*

**Gà ngải cứu**
*Chicken dish with medicinal herbs*

**Gà nướng**
*Grilled chicken*

**Gà quay giòn bì**
*Roasted crispy chicken*

**Gà rán**
*Fried chicken*

**Gà rang**
*Roasted chicken*

**Gà tần sâm**
*Chicken and ginseng*

**Gà tần sen nấm hương**
*Chicken lotus and mushrooms*

**Gà tần thuốc bắc**
*Medicinal herbs and chicken*

**Gà tần xào chua**
*Sour chicken*

**Gá treo lu**
*Aged chicken*

**Gà xào chua ngọt**
*Stir fried sweet and sour chicken*

**Gà xao hạt điều**
*Stir fried chicken with cashews*

**Gà xào**
*Stir fried chicken*

**Ngải cứu**
*A medicinal herb as an ingredient with food
Often served with chicken*

**Sụn gà rang muối**
*Salted chicken cartilage*

**Trứng cuộn**
*Egg roll*

**Trứng cút lộn**
*Quail egg embryo in the shell*

**Trứng gà**
*Chicken egg*

**Trứng vịt lộn**
*Duck egg embryo in the shell*

**Trứng vịt**
*Duck egg*

# HẢI SẢN
## SEA FOOD

### Bề bề hấp
*Scampi style shrimp*

### Canh chua ngao thịt
*Clam soup*

### Chả mực truyền thống
*Traditional fried squid balls*

### Chả ốc kiểu
*Grilled snails*

### Cua
*Crab*

### Cua hấp
*Steamed crab*

### Cua hấp bia
*Steamed crab in beer*

### Cua hấp
*Steamed large red crab*

### Cua nướng
*Large grilled crab*

### Cua rang me
*Roasted crab with tamarind*

**Cua rang muối**
*Roasted crab with salt*

**Cua sốt me**
*Large red crab and tamarind sauce*

**Ghẹ hấp bia**
*Steamed spider crab in beer*

**Ghẹ hấp**
*Steamed sand crab*

**Ghẹ nướng muối ớt**
*Sand crab claws with salt and chilli*

**Ghẹ nướng**
*Grilled sand crab claws*

**Ghẹ rang muối**
*Roasted spider crab with salt*

**Ghẹ sốt me**
*Sand crab and tamarind sauce*

**Gỏi tôm**
*Shrimp salad*

**Hải sản tươi sống**
*Fresh seafood*

**Hàu gỏi**
*Raw oysters*

**Hàu nướng**
*Grilled oysters*
**Miến cua**
*Vermicelli with sea crab*
**Mực hấp**
*Steamed squid*
**Mực nướng**
*Grilled squid*
**Mực sốt me**
*Squid, ink and tamarind sauce*
**Mực tươi hấp gừng**
*Steamed fresh squid with ginger*
**Ngao bơ**
*Clams in butter*
**Ngao hâp**
*Steamed clams with condiments*
**Ngao nướng**
*Grilled clams*
**Ngao xào**
*Fried clams*
**Nghêu hấp xả**
*Steamed clams with lemon grass*

**Phi lê cá tầm**
*Sturgeon fillets*

**Riêu cua**
*Crab meat*

**Sò hấp**
*Steamed oysters*

**Sò huyết nướng**
*Grilled blood cockles*

**Sò nướng**
*Grilled oysters*

**Sò sốt me**
*Oysters in tamarind sauce*

**Tôm he (hấp/nướng)**
*Prawn, steamed or grilled*

**Tôm hùm baby (hấp/nướng)**
*Baby lobster, steamed or grilled*

**Tôm nấp**
*Shrimp from cool shaded areas*

**Tôm nướng**
*Grilled shrimp*

**Tôm rang muối**
*Roasted shrimp with salt*

**Tôm rim cá kho tộ**
*Braised fish and poached shrimp*

**Tôm tẩm bọt chiên**
*Fried breaded shrimp*
**Tôm xào thập cẩm**
*Stir fried assorted shrimp*
**Tôm xú**
*Shrimp tails*

# HỦ
TOFU

**Hủ tíu bò viên**
*Tofu and ground beef and organ meat, served mainly in a beef broth*
**Hủ tíu khô**
*Tofu and rice noodle dish with, pork, shrimp, liver, quail eggs, fresh or dried squid*
**Hủ tíu mì**
*Tofu and wheat noodles stir fried or in a soup*
**Hủ tíu mỹ tho**
*Tofu noodle soup with ground beef and shrimp*
**Hủ tíu nước**
*Tofu served in rice water soup*

**Hủ tíu xào chay**
*Stir fried tofu, vegetables and noodles*

**Hủ tíu xào**
*Stir fried tofu and noodle dish with ground beef and organ meat*

# KEM
ICE CREAM

**Đá xào kem tươi bạc hà**
*Ice cream with mint crème*

**Đá xào kem tươi cam**
*Ice cream with orange crème*

**Đá xào kem tươi dâu tây**
*Ice cream with strawberry crème*

**Kem hoa quả tươi**
*Ice cream with mixed fruit*

# KHOAI
POTATO

### Khoai chiên ròn
*Crisp fried potatoes*

### Khoai lang chiên
*Fried sweet potatoes*

### Khoai lang rán
*Deep fried potato balls*

### Khoai táy chiên
*French fries*

# LẨU
HOT POT

### Lẩu bắp bò riêu cua
*Crab and beef hot pot*

### Lẩu bò nấm
*Mushroom hot pot*

### Lẩu bò tái
*Beef hot pot*

### Lẩu cá tầm măng
*Sturgeon hot pot*

**Lẩu các loại**
*Hot pot of all kinds*

**Lẩu chim bồ câu**
*Pigeon and beef hot pot*

**Lẩu chim câu**
*Pigeon hot pot*

**Lẩu cua đồng**
*Crab hot pot*

**Lẩu dạ dày**
*Stomach/intestines hot pot*

**Lẩu ếch đồng**
*Copper coloured frog hot pot*

**Lẩu ếch hoa chuối**
*Banana flower and frog hot pot*

**Lẩu ếch**
*Frog hot pot*

**Lẩu gà**
*Chicken hot pot*

**Lẩu gà đen**
*Black chicken hot pot*

**Lẩu chim câu**
*Pigeon hot pot*

**Lẩu gà rượu nếp**
*Chicken and rice wine hot pot*

**Lẩu Gầu bò**
*Fatty beef flank hot pot*

**Lẩu gầu gà**
*Fatty chicken hot pot*

**Lẩu ghẹ rau muống**
*Spinach and crab hot pot*

**Lẩu hải sản tươi sống**
*Fresh sea food hot pot*

**Lẩu hải sản**
*Seafood hot pot*

**Lẩu lòng**
*Heart hot pot*

**Lẩu Mực**
*Squid hot pot*

**Lẩu nấm các loại**
*Selection of mushrooms for the hot pot*

**Lẩu riêu cua lõi rùa**
*Turtle and crab hot pot*

**Lẩu sườn om sấu**
*Braised crocodile ribs hot pot*

**Lẩu thập cẩm**
*Large selection of ingredients for the hot pot*

**Lẩu thịt ba chỉ**
*Belly cuts for the hot pot*

**Lẩu tràng lợn**
*Pigs colon hot pot*

**Lẩu vịt om sấu**
*Braised duck and crocodile hot pot*

## LƯƠN
EEL

**Lươn chả**
*Grilled eel*

**Lươn cháo**
*Eel porridge*

**Lươn khô**
*Dried eel*

**Lươn xào mỳ**
*Fried eel and wheat noodles*

**Lươn xào**
*Deep fried eel*

**Miến lươn nước**
*Vermicelli with eel (broth)*
**Miến lươn tron**
*Vermicelli and round eel Stir fried or in soup*
**Miến lươn xào**
*Vermicelli and fried eel*
**Miến trộn lươn**
*Mixed vermicelli and eel*
**Miến xào hả sản**
*Fried cassava vermicelli*
**Miến xào lươn**
*Fried vermicelli and eel*
**Súp lươn**
*Eel soup*

## MỰC
SQUID

**Mực chiên bơ**
*Squid fried in butter*
**Mực chiên bơ**
*Squid fried with butter*

**Mực chua ngọt**
*Sweet and sour squid*

**Mực hấp gừng hành**
*Steamed squid with ginger*

**Mực khó nướng**
*Grilled dried squid*

**Mực nằm xiên nướng**
*Squid grilled on skewers*

**Mực nướng**
*Grilled squid*

**Mực xào cần tỏi**
*Stir fried squid with vegetables*

**Mực xào cần tỏi**
*Fried squid with celery and garlic*

**Mực xào sa tê**
*Stir fried squid with satay*

**Mực xào xả ót**
*Stir fried squid with chilli*

# MỲ
PASTA NOODLE

**Mỳ bò rau cải**
*Pasta noodles with beef and vegetables*

**Mỳ bò**
*Beef pasta noodles*

**Mỳ gà**
*Chicken pasta noodles*

**Mỳ khô**
*Dried pasta noodles*

**Mỳ tôm chanh**
*Shrimp and lemon pasta noodles*

**Mỳ trứng**
*Egg and pasta noodles*

**Mỳ vằn thắn**
*Chinese pasta noodles*

**Mỳ xào bò**
*Stir fried beef and pasta*

**Mỳ xào gà**
*Stir fried chicken and pasta*

**Mỳ xào gà nấm**
*Stir fried chicken, mushrooms and pasta*

### Mỳ xào mề tim gà
*Stir fried chicken gizzards and heart with pasta*

### Mỳ xào rau
*Pasta noodles and stir fried vegetables*

### Mỳ xào với thịt bò, rau và trứng
*Fried pasta noodles with vegetables, beef and egg*

# NEM
## MEAT

### Nem cá bò
*Small sun fish rolls*

### Nem cá chỉ vàng
*Yellow tail fish rolls*

### Nem chạo
*Spiced nem meat in a fine delicate paper parcel*

### Nem chua lai vung
*Nem from a variety of regions*

### Nem chua ninh hoa
*Sour nems from Ninh Hoa region*

**Nem chua nướng**
*Grilled nem meat balls on a stick*

**Nem chua rán**
*Fried spiced sausage meat*

**Nem chua Thanh Hoa**
*Special nems from Thanh Hoa*

**Nem chua**
*Fresh spicy sausage meat rolls wrapped in a leaf*

**Nem cua bể**
*Sea crab spring rolls*

**Nem cuốn rau**
*Vegetable spring rolls*

**Nem cuốn tôm thịt**
*Shrimp and pork spring rolls*

**Nem cuon**
*Soft rice wraps filled with different fillings and herbs*

**Nem lụi Nha Trang**
*Grilled meatball from Nha Trang*

**Nem rán miền bắc**
*Spring rolls from the north*

**Nem rán**
*Deep fried spring rolls*

**Nem tai**
*Shredded or fine cut grilled pig's ear in fine rice wrappers*

# NỘM / GỎI
SALADS

**Gỏi bò bóp thấu**
*Beef salad with vegetables in spicy sauce*

**Gỏi gà**
*Chicken salad*

**Gỏi Ngó sen tôm thịt**
*Lotus salad with shrimp & pork*

**Gỏi xoài hải sản**
*Mango salad with seafood*

**Gỏi**
*Salad*

**Nộm bánh đúc**
*Salad with rice pancake*

**Nộm bò bóp thấu**
*Dried beef salad*

**Nộm bò khô**
*Green papaya salad with dried beef*

**Nộm cà chua sưa chuột**
*Tomato and cucumber salad*

**Nộm chim cút**
*Green papaya salad with quail*

**Nộm chim sẻ**
*Sparrow salad*

**Nộm chim**
*Salad with marinated small bird*

**Nộm gà bắp cải**
*Salad with chicken and cabbage*

**Nộm gà**
*Chicken salad*

**Nộm hoa chuối**
*Banana flower salad*

**Nộm lạc**
*Green papaya salad with peanut*

**Nộm lươn**
*Salad with eel*

**Nộm sứa**
*Salad with jelly fish*

**Nộm thịt bò khô**
*Salad with dried beef and spicy dressing*

**Nộm xoài thái lan**
*Thai mango salad*

# NƯỚNG
GRILL / BARBECUE

**Bạch tuộc nướng**
*Grilled marinated octopus*

**Bò nầm nướng**
*Aged grilled beef*

**Bò nướng**
*Grilled beef*

**Củ đậu dưa chuột**
*Bean and cucumber roots*

**Dạ dày nướng**
*Grilled stomach*

**Nướng báng mỳ mật ong**
*Grilled baguette coated in honey*

**Nướng bò nấm**
*Grilled mushrooms*

**Nướng bò sốt tieu**
*Beef with a pepper sauce*

**Nướng dạ dày**
*Grilled stomach*

**Nướng dạ dày sốt tiêu**
*Grilled stomach in pepper sauce*

**Nướng gầu bò**
*Barbecued beef*

**Nướng gầu gà**
*Barbecued chicken*

**Nướng hải sản**
*Barbecued seafood*

**Nương long**
*Barbecued heart*

**Nương mực**
*Barbecued squid*

**Nướng nâm dê**
*Barbecued mushroom and goat*

**Nướng sườn chua ngọt**
*Baked sweet and sour pork ribs*

**Nướng thập cẩm**
*Baked foods from the highlands*

**Nướng thịt ba chỉ**
*Barbecued bacon*

**Nướng thịt dải ướp riềng mẻ**
*Barbecued strips of meat marinated in fresh galangal*

**Sụn nướng**
*Barbecued pork cartilage*

**Thịt nướng hàn quốc**
*Korean style meat barbecue*

**Thịt nướng xiên**
*Meat barbecued on skewers*

**Cá thu nướng muối ớt**
*Grilled mackerel with chilli & salt*

**Bò nướng muối ớt**
*Grilled beef with chilli & salt*

**Hào nướng mơ hành**
*Grilled oyster with spring onion*

**Nghêu vang nướng mơ hành**
*Grilled clams with spring onion*

**Mực một nắng nướng**
*Grilled half dried squid*

**Mực nướng muối ớt**
*Grilled squid with chilli & salt*

**Sườn nướng xả ớt**
*Grilled pork ribs with lemon grass & chilli*

**Cá diêu hồng nướng muối ớt**
*Grilled red tilapia with chilli & salt*

**Mực xiên nướng**
*Grilled squid on a skewer*

**Tôm nướng**
*Grilled shrimp*

**Ốc hương nướng**
*Grilled sweet snail*

**Heo xiên nướng**
*Grilled pork on a skewer*

**Gà xiên nướng**
*Grilled chicken on a skewer*

# ÔC
## SNAILS

### Ốc gai
*A type of salt water snail with a spiny shell*

### Ốc hấp gừng lá xả
*Steamed snail and ginger*

### Ốc luộc
*Boiled snails*

### Ốc móng tay xào
*Stir fried snails without the stomach*

### Ốc nhẩy
*Sea rock snails*

### Ốc nướng
*Baked/grilled snails*

### Ốc sư tử
*A salt water snail with a lion pattern on the shell*

### Ốc xào
*Fried snails*

# PHỞ
NOODLE SOUP

**Phơ**
*Noodle soup*

**Phơ bò sot vang**
*Beef noodle soup with a wine sauce and tomato*

**Phở bò chin**
*Noodle soup with well-done brisket*

**Phơ bò nạm gầu**
*Noodle soup with beef flank*

**Phở bò tái chin**
*Noodle soup with rare beef and brisket*

**Phở bò tái**
*Noodle soup with rare beef*

**Phở bò trộn**
*Mixed noodle soup with beef*

**Phở bò viên**
*Noodle soup with meatballs*

**Phơ Bòtái**
*Noodle soup with veal*

**Phở chiên phồng**
*Noodle soup with fried fat noodles*

**Phở chua**
*Noodle soup with sour sauce*

**Phở cuốn**
*Rolled noodle soup*

**Phở gà trộn**
*Noodle soup with mixed chicken pieces*

**Phở gà**
*Noodle soup with chicken*

**Phở rán trứng**
*Fried egg noodle soup*

**Phở sốt vang**
*Mixed noodle soup with beef and tomato*

**Phở tái gầu**
*Noodle soup with steak and meat tendons*

**Phở tái nạm**
*Noodle soup with prime steak with pig or beef flank*

**Phở xào**
*Mixed stir fried noodle with vegetables and egg*

# SỮA CHUA
## YOGURT

**Sữa chua cacao**
*Yogurt with cocoa*

**Sữa chua café**
*Yogurt with coffee*

**Sữa chua cam**
*Yogurt with orange flavour*

**Sữa chua chanh leo**
*Yogurt with passion fruit*

**Sữa chua dâu**
*Yogurt with strawberry flavour*

**Sữa chua hoa quả**
*Yogurt with mixed fruit*

**Sữa chua nha đam**
*Yogurt with aloe vera*

**Sữa chua nho**
*Yogurt with grape flavour*

**Sữa chua táo**
*Yogurt with apple*

**Sữa chua**
*Yogurt*

# SỦI CẢO
## DIM SIMS/ WONTONS

### Mỳ vằn thắn
*Wontons made from pasta*

### Sủi cảo chiên
*Fried Dim Sims*

### Sủi cảo đệ nhất đông bắc
*The best dim sims of the northeastern highlands*

### Sủi cảo gà quay
*Roasted chicken wontons*

### Sủi cảo tôm tươi
*Shrimp wontons in a soup*

# VỊT
## DUCK

### Chuyên Vịt
*Specialty of the house duck dish*

### Tiết cahn vịt
*Fresh whole duck meat and organs sliced and diced in a fish sauce and duck blood*

**Trứng vịt lộn**
*Whole duck embryo in the egg*

**Vịt áp chảo**
*Seared Duck*

**Vịt bún**
*Duck and noodles*

**Vịt cháo**
*Duck porridge*

**Vịt luộc**
*Boiled duck*

**Vịt nướng**
*Grilled duck*

**Vịt om sấu**
*Braised duck and crocodile*

# XÔI
## STICKY RICE

**Xôi chả mực**
*Sticky rice and stir fried squid*

**Xôi chả**
*Sticky rice with meat*

**Xôi cốm**
*Sticky rice with young green bean*

**Xôi đỗ đen**
*Sticky rice with black beans*

**Xôi đỗ xanh**
*Sticky rice with green peas*

**Xôi gà đặc biệt**
*Sticky rice and specialty fried chicken*

**Xôi gà rán**
*Sticky rice and fried chicken*

**Xôi gà xào nấm**
*Sticky rice and fried chicken and mushrooms*

**Xôi gà**
*Sticky rice and chicken*

**Xôi gấc**
*Sticky rice cooked in "gấc" (red fruit thought to promote long life)*

**Xôi gan ngỗng patê**
*Sticky rice with goose liver pate*

**Xôi giò**
*Sticky rice with sausage*

**Xôi lạc vừng**
*Sticky rice with peanuts and sesame*

**Xôi lạp xưởng**
*Sticky rice with Chinese sausage*

**Xôi ngô xéo trắng**
*Sticky rice and white corn*

**Xôi ngô**
*Sticky rice with corn*

**Xôi patê**
*Sticky rice and pate*

**Xôi ruốc**
*Sticky rice and shrimp paste*

**Xôi thịt kho**
*Sticky rice with meat stock*

**Xôi thịt**
*Sticky rice with meat (mainly pork)*

**Xôi trứng**
*Sticky rice with fried eggs*

**Xôi vò**
*Salty sticky rice with green peas*

**Xôi xá xíu**
*Sticky rice and tenderized pork*

**Xôi xéo**
*Sticky rice with green peas and fried onions*

# A-Z FOOD & DRINKS

**Bạch tuộc nướng**
*Grilled marinated octopus*

**Bánh trôi tàu**
*Large Chinese glutinous sweet rice balls served in sweet boiled water*

**Bánh bao chay**
*Vegetarian dumpling*

**Bánh bao chiên nhân thịt**
*Deep fried dumplings with pork*

**Bánh bao chiên**
*Fried soft white bun*

**Bánh bao đặc biệt**
*Soft white bun with specialty filling*

**Bánh bao hấp nhân lạp xưởng**
*Steamed soft white bun with Chinese sausage*

**Bánh bao hấp nhân thịt**
*Steamed soft white bun with meat*
**Bánh bao hấp nhân trứng**
*Steamed soft white bun with egg*
**Bánh Bao**
*Soft white bun*

**Bánh bèo**
*Leaf shaped Hue delicacies eaten between meals Green onion and chopped shrimp*
**Bánh bèo chén**
*Tapioca cake with shredded shrimp*
**Bánh bột lọc**
*Tapioca cake with pork and shrimp*
**Bánh chay**
*Small Chinese glutinous boiled sweet rice balls*
**Bánh chưng rán**
*Fried glutinous rice cake with egg and meat cooked into the middle*
**Bánh chuối chiên**
*Banana pancake*

**Bánh cuốn chả quế**
*Steamed rice rolls with grilled pork sausage*

**Bánh cuốn chả rán**
*Grilled rice roll*

**Bánh cuốn chả**
*Rolled rice pancake with meatballs*

**Bánh cuốn chay lẫn chả rán, thịt nướng, ruốc tôm**
*Grilled vegetarian kebab shrimp pancake*

**Bánh cuốn chay ruốc tôm**
*Shrimp rice pancake*

**Bánh cuốn chay thịt nướng**
*Barbecued rolled vegetarian rice pancakes*

**Bánh cuốn chay**
*Fried rice pancake*

**Bánh cuốn cua**
*Rolled rice pancake with crab*

**Bánh cuốn nhân chả rán**
*Grilled rolled rice pancake*

**Bánh cuốn nhân ruốc tôm**
*Shrimp rolled in a grilled rice pancakes*

**Bánh cuốn nhân thit**
*Steamed rice rolls stuffed with pork and mushrooms*

**Bánh cuốn tôm**
*Rolled rice pancake with shrimp*

**Bánh cuốn**
*Rice Pancakes*

**Bánh đa cua**
*Rice crab pancake and noodles*

**Bánh dày giò**
*Sausage slab between rice pancake rounds*

**Banh đúc nộm**
*Rice flour cake with peanut sauce*

**Bánh đúc nóng**
*Hot rice flour cake with ground pork*

**Bánh đúc**
*Non-glutinous rice flour mixed with water and cooked on the hot plate*

**Bánh giò**
*Fried non-glutinous rice pancake with shrimp or meat*

**Bánh gối**
*Deep fried meat pastry- samosa*

**Bánh huế chả nem**
*Hue rice cakes with grilled pork and meat balls*

**Bánh khoai chiên**
*Sweet fried potato pancake*

**Bánh khoai**
*Sweet potato pancake*

**Bánh mì**
*Bread roll*

**Bánh my**
*Bread roll*

**Bánh nếp**
*Glutinous rice pancake*

**Bánh rán nhân đậu xanh**
*Deep fried meat balls stuffed with mung beans*

**Bánh rán nhân đâu xanh**
*Fried green peas rolled in a rice pancake*

**Bánh rán nhân thịt**
*Fried meat rolled in a rice pancake*

**Bánh tẻ**
*Non-glutinous rice pancake*

**Bánh trôi**
*Glutinous boiled sweet rice balls with a raw sugar cube in the middle*

**Bánh trứng cút**
*Quail egg in a fried rice cake*
**Bánh trứng kiến**
*Sweet dessert or snack parcels made with gelatin rice*
**Bánh trứng mận lạp sườn**
*Fried rice cake with plum sausages*
**Bánh trứng mực**
*Squid in a fried rice cake*
**Bánh trứng nhện**
*Baked cookie made with egg*
**Bánh trứng nướng**
*Baked egg quiche*
**Bánh trứng sữa**
*Custard pie*
**Bánh xèo miền bắc**
*Crisp pancakes from the northern part of Vietnam*
**Bánh xèo miền tây**
*Crisp pancakes from western highlands*
**Bánh xèo miền trung hcm**
*Crisp pancakes from Ho Chi Minh City*

**Bánh xèo miền trung**
*Crisp pancakes from the central part of Vietnam*

**Bánh xèo tôm**
*Crispy pancakes with shrimp*

**Bánh xèo**
*Crisp pancakes with shrimp and pork*

**Bắp bòtai**
*Veal*

**Bắp trâu rang muối**
*Salted roasted buffalo and corn*

**Bề Bề hấp**
*Scampi style shrimp*

**Be tái chanh**
*Sautéed cow (rare) with lemon grass*

**Bê xào lăn**
*Sautéed veal*

**Bê xào xả ớt**
*Sautéed cow and fried peppers*

**Bia**
*Beer*

**Bít tết**
*Beef steak*

**Bò lúc lắc híp hốp**
*Thick cuts of beef*

**Bò lúc lắc khoai tây chiên**
*Fried diced beef with potatoes*

**Bò lúc lắc**
*Fried sirloin beef chunks*

**Bò nằm nướng**
*Aged grilled beef*

**Bò nướng muối ớt**
*Grilled beef with chilli & salt*

**Bò nướng**
*Grilled beef*

**Bò tái cuốn lá cải**
*Beef rolled in cabbage leaf*

**Bò xào cần tỏi**
*Sauteed with garlic*

**Bò xào dưa chua**
*Stir fried beef and pickles*

**Bò xào ót đà lạt**
*Chilli fried beef with Da Lat lemon grass*

**Bò xào xả ớt**
*Stirred fried beef and chilli*

**Bò**
*Beef*

**Bôt săn**
*Tabioca drink*

**Bún bò Huế**
*Noodles with beef,
Hue style*

**Bún bò Nam bộ**
*Noodles with beef, Saigon style*

**Bún bung**
*Noodles with pig's flank*

**Bún Cá**
*Noodle and fish*

**Bún chả**
*Noodles with barbecued pork patties*

**Bún chân giò**
*Noodles with pig's trotters*

**Bún đậu mắm tôm**
*Noodles with tofu and shrimp sauce*

**Bún dọc mùng**
*Noodles in a net pattern*

**Bún gà mọc**
*Noodles with chicken meatballs*

**Bún gà**
*Noodles with chicken*

**Bún gạo xào tôm thịt**
*Stir fried vermicelli with pork and shrimp*

**Bún giả cầy**
*Noodles with green bananas and pig's trotters*

**Bún măng ngan**
*Noodles with bamboo shoots and goose*

**Bún mọc**
*Noodles with meatballs*

**Bún ốc canh chua**
*Noodles with snails and tomatoes*

**Bún ốc chuối đậu**
*Noodles with snails, green banana & tofu*

**Bún riêu**
*Noodles and crab*

**Bún thịt nướng**
*Noodles with barbecued meat*

**Bún xào hải sản**
*Stir fried noodles with seafood*

**Bún**
*Noodles*

**Cá chép chiên xù**
*Deep fried whole carp*

**Cá chép hấp gừng hành**
*Steamed carp and ginger*

**Cá chép om dưa**
*Braised pickled carp*

**Cá diêu hồng hấp nấm**
*Steamed whole carp and mushrooms*

**Cá diêu hồng nướng muối ớt**
*Grilled red tilapia with chilli & salt*

**Cá diêu hồng**
*Steamed whole carp*

**Cá kho tộ miền nam**
*Casseroled braised fish dish*

**Cá kho tộ**
*Braised whole fish*

**Cá phê đen đá**
*Iced black coffee*

**Cá phê đen nóng**
*Hot black coffee*

**Cà phê fin Vietnam**
*Drip filtered coffee*

**Cà phê sữa chua**
*Coffee with yogurt or fresh milk*

**Cà phê sữa đa**
*Iced coffee and condensed milk*

**Cà phê sữa**
*Coffee and condensed milk*

**Cà phê**
*Coffee*

**Cá rô đồng chiên giòn**
*Deep fried Vietnamese tilapia*

**Ca rò ron mắt huyền**
*Small hole fried pond fish*

**Cà rốt ép**
*Carrot Juice*

**Cá thu nướng muối ớt**
*Grilled mackerel with chilli & salt*

**Cá**
*Fish*

**Các loại rau theo mùa**
*Seasonal vegetables*

**Các món xào hấp**
*Stir fried steamed fish*

## Các món xào hấp
*Stir fried steamed fish*

## Cacao đá
*Iced chocolate*

## Cacao nóng
*Hot chocolate*

## Café cốt đừa
*Coffee and coconut*

## Cam nước chất
*Orange juice with fresh water*

## Cam nước
*Orange juice with water*

## Canh chua ngao thịt
*Clam soup*

## Chả cá hà nội
*Hanoi fried fish with dill & green onion*

## Chả ca lương sơn bạc
*Best fish from the provincial pond of Luong Son Bac near Hanoi*

## Chả mực thìa là
*Fried paste squid ball with dill*

## Chả mực truyền thống
*Traditional fried squid balls*

**Chả ốc kiểu**
*Grilled snails*

**Chân gà luộc**
*Boiled chicken feet*

**Chân gà nướng**
*Grilled Chicken legs*

**Chân giò hun muối**
*Salted smoked ham*

**Chang leo**
*Passion fruit Juice and water*

**Chang muối**
*Salted lemon juice*

**Chanh tươi**
*Fresh lemon juice*

**Chao bò băm**
*Minced beef soup*

**Cháo cá**
*Rice gruel with fish*

**Cháo chim**
*Rice gruel with sparrow*

**Cháo gà**
*Chicken gruel*

**Cháo gà**
*Chicken soup*

**Cháo Lươn**
*Eel gruel*

**Cháo ngao**
*Clam gruel*

**Cháo sườn**
*Rice gruel with pork knuckle*

**Cháo thịt**
*Rice gruel with meat*

**Cháo tim, gan, bầu dục**
*Rice gruel with chicken's hearts and kidney*

**Cháo tim**
*Heart gruel*

**Cháo trai**
*Rice gruel with oysters*

**Cháo**
*Rice gruel*

**Chè bà ba**
*Sweet potato in coconut milk*

**Chè bà cốt xôi vò**
*Finely crushed ice with green peas in a coating of sticky rice*

**Chè bắp**
*Sweet corn dessert soup*

**Chè bưởi**
*Finely crushed ice with grapefruit*

**Chè chuối hấp**
*Steamed banana in coconut milk*

**Chè đậu đen nước dừa**
*Black bean desser soup in coconut milk*

**Chè đỗ đen**
*Finely crushed ice with black beans*

**Chè hạt sen**
*Lotus seed dessert soup*

**Chè hoa cau**
*Sweet tapioca soup with mung beans*

**Chè khoai môn**
*Finely crushed ice with taro*

**Chè long nhãn**
*Finely crushed ice with Longan fruit*

**Chè ngô cốm**
*Finely crushed ice with green rice and sweet corn*

**Chè nhãn nhục**
*Dry longan dessert soup*

**Chè rong biển**
*Finely crushed ice with seaweed flavour*

**Chè sen dừa**
*Crushed Ice with lotus nut and coconut*

**Chè sương sa hột lựu**
*Jelly, water chestnuts, tapioca pearls & coconut milk*

**Chè thạch chân châu**
*Sweet jelly dessert soup*

**Chè thập cẩm**
*Crushed Ice and a range of fresh, dried and preserved fruit*

**Chè thưng**
*Floured mung beans and peanuts in coconut milk*

**Chè xoài**
*Crushed ice with mango*

**Chè**
*Sweet soup or finely crushed ice with fresh/ preserved fruits*

**Chỉ châm mâm tép**
*Shrimp Sauce*

**Chỉ nướng hành hoa**
*Grilled onion*

**Chỉ rang cháy cạnh**
*Thick roasted bacon*

**Chiên**
*Fried*

**Chim câu hấp xôi**
*Pigeon in sticky rice*

**Chim câu**
*Pigeon*

**Chim chua ngọt**
*Sweet and sour bird*

**Chim Hấp**
*Steamed bird*

**Chim Ngọt nấm**
*Sweet bird and mushroom*

**Chim Nướng**
*Baked bird*

**Chim quay**
*Type of small bird served whole fried or roasted*

**Chim rắn**
*Small bird roasted or fried whole*

**Chim Tần nấm**
*Bird and different types of fungi/mushrooms*

**Chim Tấn sâm**
*Water bird and ginseng*

**Chim Tấn sen nấm hương**
*Bird mushrooms and lotus flower*

**Chim tần thuốc bắc**
*Medicinal dish of bird and herbs*

**Chim tần**
*Spiced steamed birds*

**Chim xào chua**
*Sauteed bird and tomatoes*

**Chim xao nấm**
*Bird and mushrooms*

**Chim**
*Bird*

**Chin**
*Cooked well done*

**Chuối chiên cốt dừa**
*Fried banana with coconut and crushed ice*

**Chuyên vịt**
*Specialty of the house duck dish*

**Cơm bê xào xả ớt**
*Fried Rice with veal and chilli*

**Cơm bò xào thập cẩm**
*Mixed beef fried rice*

**Cơm Cá**
*Rice and fish*

**Cơm chiên Dương Châu**
*Chinese fried rice*

**Cơm chuối xào ốc đặc**
*Special banana fried rice*

**Cơm đảo gà rang**
*Roasted chicken and rice*

**Cơm gà**
*Rice with chicken*

**Cơm hến**
*Rice with clams (from Hue)*

**Cơm long xào dưa**
*Fried rice with melon*

**Cơm phở xào**
*Stir fried rice noodle soup*

**Cơm rang bò**
*Beef fried rice*

**Cỏm rang cải gà**
*Finely sliced chicken fried rice*

**Cơm rang cua**
*Fried rice with crab*

**Cơm rang dưa bò**
*Fried rice with pickles & beef*

**Cơm rang dưa gò**
*Fried rice and coconut*

**Cơm rang gà**
*Chicken fried rice*

**Cơm rang hải sản**
*Seafood fried rice*

**Cơm rang mề**
*Fried chicken gizzards*

**Cơm rang thập cẩm**
*Fried rice mixed with vegetables and meat*

**Cơm rang thập cẩm**
*Mixed fried rice*

**Cơm rang**
*Field rice*

**Cơm rang**
*Fried rice and pilau*

**Cơm tấm Sài Gòn**
*Fried rice, Saigon style*

**Cơm thập cẩm**
*Fried pilaf*

**Cơm thịt gà rán**
*Chicken fried rice*

**Cơm thịt rang**
*Roasted meat and rice*

**Cơm tôm**
*Rice and shrimp*

**Cơm trắng**
*Steamed rice*

**Cơm**
*Rice*

**Củ đậu dưa chuột**
*Bean and cucumber roots*

**Cua đồng**
*Copper coloured Crab*

**Cua hấp bia**
*Steamed crab in beer*

**Cua hấp**
*Steamed crab*

**Cua hấp**
*Steamed large red crab*

**Cua nướng**
*Large grilled crab*

**Cua rang me**
*Roasted crab with tamarind*

**Cua rang muối**
*Roasted crab with salt*

**Cua sốt me**
*Large red crab and tamarind sauce*

**Cua**
*Crab*

**Dạ dày nướng**
*Grilled stomach*

**Đá nhuyễn rau câu**
*Finely crushed ice with seaweed jelly*

**Đá xào kem tươi bạc hà**
*Ice and ice cream with mint crème*

**Đá xào kem tươi cam**
*Ice and ice cream with orange crème*

**Đá xào kem tươi dâu tây**
*Ice and ice cream with strawberry crème*

**Đâu phu xào xả ớt**
*Sautéed tofu with chilli peppers*

**Điệp nướng**
*Grilled message*

**Dừa ép**
*Coconut juice*

**Dứa ép**
*Pineapple juice*

**Dưa ép**
*Watermelon juice*

**Dưa xào**
*Fried melon*

**Đùi ếch chiên giòn**
*Fried frog legs*

**Đùi gà nướng lá chanh**
*Roasted crispy chicken leg and lemon leaves*

**Ếch chiên bơ tỏi**
*Fried frog in butter and garlic*

**Ếch rang muối**
*Roasted frog with salt*

**Ếch xào lăn**
*Fried frog*

**Ếch xào măng**
*Fried frog and bamboo shoots*

**Ếch**
*Frog*
**Ép**
*Fresh fruit or vegetable juice*
**Gà ác nấm**
*Evil chicken and mushrooms*
**Gà ác ngọt nấm**
*Evil chicken and fresh mushrooms*
**Gà ác sâm**
*Evil chicken and ginseng*
**Gà ác thuốc bắc**
*Herbal medicinal evil chicken*
**Gà ác xào chua**
*Sour chicken*
**Gà ác**
*Evil chicken (special chicken with black feathers on its legs)*
**Gà chặt**
*Chopped chicken*
**Gà chọi các món**
*Fighting cock*
**Gà đông cảo**
*Special kind of fat chicken feet*

**Gà luộc**
*Boiled chicken*

**Ga nắm**
*Chicken soup*

**Gà ngải cứu**
*Chicken dish with medicinal herbs*

**Gà nướng**
*Grilled chicken*

**Gà quay giòn bì**
*Roasted crispy chicken*

**Gà rán**
*Fried chicken*

**Gà rang**
*Roasted chicken*

**Gà tần sâm**
*Chicken and ginseng*

**Gà tần sen nấm hương**
*Chicken lotus and mushrooms*

**Gà tần thuốc bắc**
*Medicinal chicken*

**Gà tần xào chua**
*Sour chicken*

**Ga thốc bắc**
*Special Chinese style chicken*

**Gá treo lu**
*Aged hung chicken*

**Gà xào chua ngọt**
*Stir fried sweet and sour chicken*

**Gà xao hạt điều**
*Stir fried chicken with cashews*

**Gà xào**
*Stir fried chicken*

**Gà xiên nướng**
*Grilled chicken on a skewer*

**Gà xối mỡ**
*Fried chicken fat*

**Gà**
*Chicken*

**Gân bò xào dưa**
*Pickled beef tendon*

**Ghẹ hấp bia**
*Steamed spider crab in beer*

**Ghẹ hấp**
*Steamed sand crab*

**Ghẹ nướng muối ớt S**
*and crab claws with salt and chilli*

**Ghẹ nướng**
*Grilled sand crab claws*

**Ghẹ rang muối**
*Roasted spider crab with salt*

**Ghẹ sốt me**
*Sand crab and tamarind sauce*

**Gio chả ruốc**
*Two types of sausage with shrimp paste and pork shavings*

**Gỏi bò bóp thấu**
*Beef salad with vegetables in spicy sauce*

**Gỏi gà**
*Chicken salad*

**Gỏi ngó sen tôm thịt**
*Lotus salad with shrimp & pork*

**Gỏi tôm**
*Shrimp salad*

**Gỏi xoài hải sản**
*Mango salad with seafood*

**Gỏi**
*Salad*

**Hải sản tươi sống**
*Fresh seafood*

**Hải sản**
*Seafood*

**Hào nướng mơ hành**
*Grilled oyster with spring onion*

**Hấp**
*Steamed*

**Hàu gỏi**
*Raw oysters*

**Hàu nướng**
*Grilled oysters*

**Heo xiên nướng**
*Grilled pork on a skewer*

**Hoa quả dầm**
*Fruit flower juice*

**Hồng Trà**
*Red Tea*

**Hủ tíu bò kho**
*Tofu noodle soup dish with ground beef and organ meat*

**Hủ tíu bò viên**
*Tofu and ground beef and organ meat, served mainly in a beef broth*

## Hủ tíu khô
*Tofu and rice noodle dish with one or more, pork, shrimp, liver, quail eggs, fresh or dried squid*

## Hủ tíu mì
*Tofu and wheat noodles stir fried or in a soup*

## Hủ tíu mỹ tho
*Tofu noodle soup with ground beef and shrimp*

## Hủ tíu nước
*Tofu served in rice water soup*

## Hủ tíu xào chay S
*tir fried tofu, vegetables and noodles*

## Hủ tíu xào
*Stir fried tofu and noodle dish with ground beef and organ meat*

## Hủ tíu xào
*Stir fried tofu and noodle dish with ground beef and organ meat*

## Hủ
*Tofu*

**Kem hoa quả tươi**
*Ice cream with mixed fruit*

**Kem**
*Ice cream*

**Khoai chiên ròn**
*Crisp fried potatoes*

**Khoai lang chiên**
*Fried sweet potatoes*

**Khoai lang rán**
*Deep fried potatoes balls*

**Khoai táy chiên**
*French fries*

**Khoai**
*Potato*

**Lẩ gà sụn sươn gầu bò**
*Soft beef and chicken chunks in a beef soup*

**Lẩu bắp bò riêu cua**
*Crab and beef hot pot*

**Lẩu Bò nấm**
*Mushroom hot pot*

**Lẩu Bò tái**
*Beef hot pot*

**Lẩu cá tầm măng**
*Sturgeon hot pot*

**Lẩu các loại**
*Hot pot of all kinds*

**Lẩu chim bồ câu**
*Pigeon and beef hot pot*

**Lẩu chim câu**
*Pigeon hot pot*

**Lẩu cua đồng**
*Crab hot pot*

**Lẩu ạ dày**
*Stomach/intestines hot pot*

**Lẩu ếch đồng**
*Copper colored frog hot pot*

**Lẩu ếch hoa chuối**
*Banana flower and frog hot pot*

**Lẩu ếch**
*Frog hot pot*

**Lẩu gà đen**
*Black chicken hot pot*

**Lẩu gà rượu nếp**
*Chicken and rice wine hot pot*

**Lẩu gà**
*Chicken hot pot*

**Lẩu gầu bò**
*Fatty beef flank hot pot*

**Lẩu gầu gà**
*Fatty chicken hot pot*

**Lẩu ghẹ rau muống**
*Spinach and crab hot pot*

**Lẩu hải sản tươi sống**
*Fresh sea food hot pot*

**Lẩu hải sản**
*Seafood hot pot*

**Lẩu lòng**
*Heart meat hot pot*

**Lẩu mực**
*Squid hot pot*

**Lẩu nấm các loại**
*Selection of mushrooms for the hot pot*

**Lẩu riêu cua lõi rùa**
*Turtle and crab hot pot*

**Lẩu sườn om sấu**
*Braised crocodile ribs hot pot*

**Lẩu thập cẩm**
*Large selection of ingredients for the hot pot*

**Lẩu thịt ba chỉ**
*Belly cuts for the hot pot*

**Lẩu tràng lợn**
*Pigs colon hot pot*

**Lẩu vịt om sấu**
*Braised duck and crocodile hot pot*

**Lẩu**
*Hot Pot*

**Liến béo**
*Fatty beef*

**Luộc**
*Boiled*

**Lươn chả**
*Grilled eel*

**Lươn cháo**
*Eel porridge*

**Lươn khô**
*Dried eel*

**Lươn xào mỳ**
*Fried eel and wheat noodles*

**Lươn xào**
*Deep fried eel*

**Lươn**
*Eel*

**Mì xào bò**
*Stir fried pasta noodles with beef*

**Mí xào hải sản**
*Stir fried pasta noodles with seafood*

**Mía**
*Sugar cane juice*

**Miến cua**
*Vermicelli with sea crab*

**Miến lươn nước**
*Vermicelli with eel (broth)*

**Miến lươn tron**
*Vermicelli and round eel Stir fried or in a soup*

**Miến lươn xào**
*Vermicelli and fried eel*

**Miến trộn lươn**
*Mixed vermicelli and eel*

**Miến xào hả sản**
*Fried cassava vermicelli*

**Miến xào lươn**
*Fried vermicelli and eel*

**Miến xào lươn**
*Stir fried vermicelli and eel*

**Mo muối**
*Salted apricot drink*

**Mồng diof suay giòn bi**
*Crispy spinach balls*

**Mực chiên bơ**
*Squid fried in butter*

**Mực chiên bơ**
*Squid fried with butter*

**Mực chua ngọt**
*Sweet and sour squid*

**Mực hấp gừng hành**
*Steamed squid with ginger*

**Mực hấp**
*Steamed squid*

**Mực khó nướng**
*Grilled dried squid*

**Mực một nắng chiên giòn**
*Deep fried half-dried squid*

**Mực một nắng nướng**
*Grilled half dried squid*

**Mực nằm xiên nướng**
*Squid grilled on skewers*

**Mực nướng muối ớt**
*Grilled squid with chilli & salt*

**Mực nướng**
*Grilled squid*

**Mực sốt me**
*Squid, ink and tamarind sauce*

**Mực tẩm bột chiên giòn**
*Crispy battered squid*

**Mực tươi hấp gừng**
*Steamed fresh squid with ginger*

**Mực xào cần tỏi**
*Fried squid with celery and garlic*

**Mực xào cần tỏi**
*Stir fried squid with vegetables*

**Mực xào sa tê**
*Stir fried squid with satay*

**Mực xào xả ớt**
*Stir fried squid with chilli*

## Mực xiên nướng
*Grilled squid on a skewer*
## Mực
*Squid*
## Mỳ
*Pasta Noodles*
## Mỳ bò rau cải
*Pasta noodles with beef and vegetables*
## Mỳ bò
*Beef pasta noodles*
## Mỳ gà
*Chicken pasta noodles*
## Mỳ khô
*Dried pastas noodles*
## Mỳ tôm chanh
*Shrimp and lemon pasta noodles*
## Mỳ trứng
*Egg and pasta noodles*
## Mỳ vằn thắn
*Chinese pasta noodles*
## Mỳ vằn thắn
*Wontons made from pasta*

**Mỳ xào bò**
*Stir fried beef and pasta*

**Mỳ xào bò**
*Stir fried beef and pasta*

**Mỳ xào gà nấm**
*Stir fried chicken, mushrooms and pasta*

**Mỳ xào gà**
*Stir fried chicken and pasta*

**Mỳ xào mề tim gà**
*Stir fried chicken gizzards and heart with pasta*

**Mỳ xào rau**
*Pasta noodles and stir fried vegetables*

**Mỳ xào với thịt bò, rau và trứng**
*Fried pasta noodles with vegetables, beef and egg*

**Nam bò tươn gừng**
*Fatty beef and ginger*

**Nem cá bò**
*Small sun fish rolls*

**Nem cá chỉ vàng**
*Yellow tail fish rolls*

**Nem chạo**
*Cut strips of pasta in soft paper thin rice wrappers*

**Nem chạo**
*Spiced nem meat in a fine delicate paper parcel*

**Nem chua lai vung**
*Nem from a variety of regions*

**Nem chua ninh hoa**
*Sour nems from Ninh Hoa region*

**Nem chua nướng**
*Grilled nem meat balls on a stick*

**Nem chua rán**
*Fried spiced sausage meat*

**Nem chua thanh hoa**
*Special nems from Thanh Hoa*

**Nem chua**
*Fresh sausage meat rolls in spices packaged in leaf*

**Nem cua bể**
*Sea crab spring rolls*

**Nem cuốn rau**
*Vegetable spring rolls*

**Nem cuốn tôm thịt**
*Shrimp and pork spring rolls*

**Nem cuốn**
*Soft rice wraps filled with different fillings and herbs*

**Nem lụi Nha Trang**
*Grilled meatball from Nha Trang*

**Nem rán miền bắc**
*Spring rolls from the north*

**Nem rán**
*Deep fried spring rolls*

**Nem tai cuốn**
*Shredded picks ear as an ingredient for a spring roll*

**Nem tai**
*Shredded or fine cut grilled pigs ear in fine rice wrappers*

**Nem**
*Meat*

**Ngải cứu**
*A medicinal herb as an ingredient with food Often served with chicken*

**Ngao bơ**
*Clams in butter*

**Ngao hâp**
*Steamed clams with condiments*

**Ngao nướng**
*Grilled clams*

**Ngao xào**
*Fried clams*

**Nghêu hấp xả**
*Steamed clams with lemon grass*

**Nghêu vang nướng mơ hành**
*Grilled clams with spring onion*

**Ngô luộc**
*Sweet corn on the cob*

**Ngô mỹ chiên bơ**
*US corn, fried with butter*

**Ngọn su su xào tỏi**
*Sauteed chayote shoots with garlic*

**Nộm / Gỏi**
*Salads*

**Nộm bánh đúc**
*Salad with rice pancake*

**Nộm bò bóp thấu**
*Dried beef salad*

**Nộm bò khô**
*Green papaya salad with dried beef*

**Nộm cà chua sưa chuột**
*Tomato and cucumber salad*

**Nộm chim cút**
*Green papaya salad with quail*

**Nộm chim sẻ**
*Sparrow salad*

**Nộm chim**
*Salad with marinated small bird*

**Nộm gà bắp cải**
*Salad with chicken and cabbage*

**Nộm gà**
*Chicken salad*

**Nộm hoa chuối**
*Banana flower salad*

**Nôm lạc**
*Green papaya salad with peanut*

**Nộm lươn**
*Salad with eel*

**Nộm sứa**
*Salad with jelly fish*

**Nộm thịt bò khô**
*Salad with dried beef and spicy dressing*
**Nộm xoài thái lan**
*Thai mango salad*
**Nui xào bò bằm**
*Stir fried vermicelli with minced beef*
**Nước la vie**
*Bottled La Vie water*
**Nước ngọt**
*Filtered spring water*
**Nước**
*Water*
**Nướng hải sản**
*Barbecued seafood*
**Nướng báng mỳ mật ong**
*Grilled baguette coated in honey*
**Nướng bò nấm**
*Grilled mushrooms*
**Nướng bò sốt tieu**
*Beef with a pepper sauce*
**Nướng dạ dày sốt tiêu**
*Grilled stomach in pepper sauce*

**Nướng dạ dày**
*Grilled stomach*

**Nướng gầu bò**
*Barbecued beef*

**Nướng gầu gà**
*Barbecued chicken*

**Nương mực**
*Barbecued squid*

**Nướng nâm dê**
*Barbecued Mushroom and goat*

**Nướng long**
*Barbecued heart*

**Nướng sườn chua ngọt**
*Baked sweet and sour pork ribs*

**Nướng thập cẩm**
*Baked foods from the highlands*

**Nướng thịt ba chỉ**
*Barbecued bacon*

**Nướng thịt dải ướp riềng mẻ**
*Barbecued strips of meat marinated in fresh galangal*

**Nướng**
*Grilled / Barbecue*

## Ốc
*Snails (fresh water and salt water)*

## Ốc gai
*A sea water snail that has a spiny shell*

## Ốc hấp gừng lá xả
*Steamed snail and ginger*

## Ốc hương nướng
*Grilled sweet snail*

## Ốc luộc
*Boiled snails*

## Ốc móng tay xào
*Stir fried snails without the stomach*

## Ốc nhẩy
*Snail brains*

## Ốc nướng
*Baked/ grilled snails*

## Ốc sư tử
*Salt water snail with a lion pattern on the shell*

## Ốc trần
*Brains*

## Ốc xào
*Fried snails*

**Ổi ép**
*Green guava juice*

**Phi lê cá tầm**
*Sturgeon fillets*

**Phơ bò sot vang**
*Beef noodle soup with a wine sauce and tomato*

**Phở bò chin**
*Noodle soup with well-done brisket*

**Phơ bò nạm gầu**
*Noodle soup with beef flank*

**Phở bò tái chin**
*Noodle soup with rare beef and brisket*

**Phở bò tái**
*Noodle soup with rare beef*

**Phở bò trộn**
*Mixed noodle soup with beef*

**Phở bò viên**
*Noodle soup with meatballs*

**Phơ bòtái**
*Noodle soup with veal*

**Phở chiên phồng**
*Fried enlarged noodles in a soup*

**Phở chua**
*Noodle soup with sour sauce*

**Phở cuốn**
*Rolled noodle soup*

**Phở gà trộn**
*Noodle soup with mixed chicken pieces*

**Phở gà**
*Noodle soup with chicken*

**Phở rán trứng**
*Fried egg noodle soup*

**Phở sốt vang**
*Mixed noodle soup with beef and tomato*

**Phở tái gầu**
*Noodle soup with steak and meat tendons*

**Phở tái nạm**
*Noodle soup with prime steak with pig or beef flank*

**Phở xào giòn**
*Stir fried noodle with sautéed beef*

**Phở xào**
*Mixed noodle soup with vegetables and egg*

**Phở**
*Noodle soup*

**Rang me**
*Roasted tamarind*

**Rang**
*Roasted*

**Rau cải xào**
*Stir fried Vietnamese cabbage*

**Rau muống xào tỏi**
*Stir fried water spinach with garlic*

**Rau xáo theo mùa**
*Stir fried seasonal vegetables*

**Rau**
*Vegetables*

**Riêu cua**
*Crab meat*

**Rượu gạo**
*Rice Wine*

**Rượu**
*Alcohol*

**Sinh tố bơ**
*Avocado smoothie*

**Sinh tố cà rốt**
*Carrot smoothie*

**Sinh tố cam**
*Orange smoothie*
**Sinh tố chanh leo**
*Passion fruit smoothie*
**Sinh tố chanh**
*Lemon smoothie*
**Sinh tố chuối**
*Banana smoothie*
**Sinh tố dâu**
*Strawberry smoothie*
**Sinh tố đu đủ**
*Papaya smoothie*
**Sinh tô dua ep**
*Coconut juice smoothie*
**Sinh tố dưa hấu**
*Water melon smoothie*
**Sinh tố dứa**
*Pineapple smoothie*
**Sinh tố mãng cầu**
*Custard apple smoothie*
**Sinh tố thanh long**
*Dragon fruit smoothie*

**Sinh tố thập cẩm**
*Mixed fruit smoothie*
**Sinh tố xoài**
*Mango smoothie*

**Sinh tố**
*Smoothies with sweet condensed milk*
**Sò hấp**
*Steamed oysters*
**Sò hấp**
*Steamed oysters*
**Sò huyết nướng**
*Grilled blood cockles*
**Sò nướng**
*Grilled oysters*
**Sò sốt me**
*Oysters in tamarind sauce*
**Su su luộc chấm vừng**
*Chayote fruit boiled served with sesame seeds*
**Sữa chua cacao**
*Yogurt with cocoa*

**Sữa chua café**
*Yogurt with coffee*

**Sữa chua cam**
*Yogurt with orange flavour*

**Sữa chua chanh leo**
*Yogurt with passion fruit*

**Sữa chua dâu**
*Yogurt with strawberry flavour*

**Sữa chua nếp cẩm**
*Yogurt and mixed fruit*

**Sữa chua nha đam**
*Yogurt with aloe vera*

**Sữa chua nho**
*Yogurt with grape flavour*

**Sữa chua táo**
*Yogurt with apple*

**Sữa chua thach**
*Low fat yogurt*

**Sữa chua**
*Yogurt*

**Sữa đá**
*Milk with ice*

**Sữa dấu nành**
*Soy milk*

**Sữa tươi**
*Fresh milk*

**Sủi cảo chiên**
*Fried dim sims*

**Sủi cảo đệ nhất đông bắc**
*The best dim sims of the northeastern highlands*

**Sủi cảo gà quay**
*Roasted chicken wontons*

**Sủi cảo tôm tươi**
*Shrimp wontons in a soup*

**Sữa chua thach**
*The yogurt challenge*

**Sụn gà rang muối**
*Salted chicken cartilage*

**Sụn nướng**
*Barbecued pork cartilage*

**Sun sườn chua ngọt**
*Sweet and sour ribs*

**Sườn chua ngọt**
*Sweet and sour pork chops*

**Sườn nướng xả ớt**
*Grilled pork ribs with lemongrass & chilli*
**Sươn ràn sốt me**
*Big cuts of beef ribs in tamarind sauce*
**Súp lươn**
*Eel soup*
**Tái gầu**
*Rare beef soup*
**Tái**
*Cooked rare*
**Thịt kho tộ**
*Braised meat*
**Thịt nướng hàn quốc**
*Korean style meat barbecue*
**Thịt nướng xiên**
*Meat barbecued on skewers*
**Tiết cahn vịt**
*Fresh whole duck meat and organs sliced and diced in a fish sauce and duck blood*
**Tôm chiên xù**
*Breaded deep fried shrimp*
**Tôm chiên mắm xả ớt**
*Fried shrimp with lemon grass and chilli*

**Tôm he (hấp/nướng)**
*Prawn, steamed or grilled*

**Tôm hùm baby (hấp/nướng)**
*Baby lobster, steamed or grilled*

**Tôm nấp**
*Shrimp from cool shaded areas*

**Tôm nướng**
*Grilled shrimp*

**Tôm rang muối**
*Roasted shrimp with salt*

**Tôm rim cá kho tộ**
*Braised fish and poached shrimp*

**Tôm tẩm bọt chiên**
*Fried breaded shrimp*

**Tôm xào thập cẩm**
*Stir fried assorted shrimp*

**Tôm xú**
*Shrimp tails*

**Trà atiso**
*Artichoke tea*

**Trà bi đào**
*Wintermelon tea*

**Trà chang**
*Lemon tea*

**Trà đá**
*Iced tea*

**Trà gừng**
*Ginger tea*

**Trà hương bạc hà**
*Mint tea*

**Trà hương đào**
*Peach tea*

**Trà hương đâu**
*Strawberry tea*

**Trà hương nhài**
*Jasmine tea*

**Trà hương**
*Sen lotus tea*

**Trà nóng**
*Hot tea*

**Trà sữa trân châu bạc hà**
*Bubble milk tea with mint*

**Trà sữa trân châu chanh leo**
*Bubble milk tea with passion fruit*

**Trà sữa trân châu dâu tây**
*Bubble milk tea with strawberry*

**Trà sữa trân châu dưa hấu**
*Bubble milk tea with watermelon*

**Trà sữa trân châu dưa vàng**
*Bubble milk tea with yellow melon*

**Trà sữa trân châu dừa**
*Bubble milk tea with coconut*

**Trà sữa trân châu khoai môn**
*Bubble milk tea with taro*

**Trà sữa trân châu kiwi**
*Bubble milk tea with kiwi fruit*

**Trà sữa trân châu mật ong**
*Bubble milk tea with honey*

**Trà sữa trân châu nho**
*Bubble milk tea with grape*

**Trà sữa trân châu rau câu cam**
*Bubble milk tea with orange jelly*

**Trà sữa trân châu rau câu dâu tây**
*Bubble milk tea with strawberry jelly*

**Trà sữa trân châu rau câu dừa**
*Bubble milk tea with coconut jelly*

**Trà sữa trân châu rau câu khoai môn**
*Bubble milk tea with taro jelly*

**Trà sữa trân châu rau câu nho**
*Bubble milk tea with grape jelly*

**Trà sữa trân châu rau câu táo**
*Bubble milk tea with apple jelly*

**Trà sữa trân châu rau câu**
*Bubble milk tea with jelly*

**Trà sữa trân châu socola**
*Bubble milk tea with chocolate*

**Trà sữa trân châu táo xanh**
*Bubble milk tea with green apple*

**Trà sữa trân châu xoài**
*Bubble milk tea with mango*

**Trà sữa**
*Bubble milk tea*

**Trà vàng**
*Gold tea*

**Trà xanh**
*Green tea*

**Trà**
*Tea*

**Trach tố nữ mắt tròn**
*Snake Head fish (Eel like fish) from the pond*

**Trân châu pearl**
*Pearl buffalo milk tea*

**Trứng cuộn**
*Egg roll*

**Trứng cút lộn**
*Quail egg embryo in the shell*

**Trứng gà**
*Chicken egg*

**Trứng vịt lộn**
*Duck egg embryo in the shell*

**Trứng vịt**
*Duck egg*

**Vịt áp chảo**
*Seared duck*

**Vịt bún**
*Duck and noodles*

**Vịt cháo**
*Duck porridge*

**Vịt luộc**
*Boiled duck*

**Vịt nướng**
*Grilled duck*

**Vịt om sấu**
*Braised duck and crocodile*

**Vịt sáo măng**
*Duck and bamboo shoots*

**Vịt**
*Duck*

**Vó bò mai đông**
*Beef tendons*

**Xà lách áp chảo thịt bò**
*Sauteed beef with green salad*

**Xào xả ớt**
*Fried peppers*

**Xào**
*Sauteed/Stir fried*

**Xôi chả mực**
*Sticky rice and stir fried squid*

**Xôi chả**
*Sticky rice with meat*

**Xôi cốm**
*Sticky rice with young green bean*

**Xôi đỗ đen**
*Sticky rice with black beans*

**Xôi đỗ xanh**
*Sticky rice with green peas*

**Xôi gà đặc biệt**
*Sticky rice and specialty fried chicken*

**Xôi gà rán**
*Sticky rice and fried chicken*

**Xôi gà xào nấm**
*Sticky rice and fried chicken and mushrooms*

**Xôi gà**
*Sticky rice and chicken*

**Xôi gấc**
*Sticky rice cooked in "gấc" (red fruit thought to promote long life)*

**Xôi gan ngỗng patê**
*Sticky rice with goose liver pate*

**Xôi giò**
*Sticky rice with sausage*

**Xôi lạc vừng**
*Sticky rice with peanuts and sesame*

**Xoi lạp sườn**
*Sticky rice with sweet Italian salami style sausage*

**Xôi lạp xưởng**
*Sticky rice with Chinese sausage*

**Xôi ngô xéo trắng**
*Sticky rice and white corn*

**Xôi ngô**
*Sticky rice with corn*

**Xôi patê**
*Sticky rice and pate*

**Xôi ruốc**
*Sticky rice and shrimp paste*

**Xôi thịt kho**
*Sticky rice with meat stock*

**Xôi thịt**
*Sticky rice with meat (mainly pork)*

**Xôi trứng**
*Sticky rice with fried eggs*

**Xôi vò**
*Salty sticky rice with green peas*

**Xôi xá xíu**
*Sticky rice and tenderized pork*

## Xôi xéo
*Sticky rice with green peas and fried onions*
## Xôi
*Sticky rice*

# COOKING METHODS

## HẤP
### STEAMED

**Bánh bao hấp nhân lạp xưởng**
*Steamed soft white bun with Chinese sausage*

**Bánh bao hấp nhân thịt**
*Steamed soft white bun with meat*

**Bánh bao hấp nhân trứng**
*Steamed soft white bun with egg*

**Bề bề hấp**
*Scampi style shrimp*

**Cá chép hấp gừng hành**
*Steamed carp and ginger*

**Cá diêu hồng hấp nấm**
*Steamed whole carp and mushrooms*

**Các món xào hấp**
*Stir fried steamed fish*

**Chim câu hấp xôi**
*Pigeon in sticky rice*

**Chim hấp**
*Steamed bird*

**Cua hấp bia**
*Steamed crab in beer*

**Cua hấp**
*Steamed large red crab*

**Ghẹ hấp bia**
*Steamed spider crab in beer*

**Ghẹ hấp**
*Steamed sand crab*

**Mực hấp**
*Steamed squid*

**Ngao hâp**
*Steamed clams with condiments*

**Nghêu hấp xả**
*Steamed clams with lemon grass*

**Ốc hấp gừng lá xả**
*Steamed snail and ginger*

**Sò hấp**
*Steamed oysters*

# NƯỚNG
## GRILLED/BAKED

**Bạch tuộc nướng**
*Grilled marinated octopus*

**Bò nằm nướng**
*Aged grilled beef*

**Bò nướng muối ớt**
*Grilled beef with chilli & salt*

**Bò nướng**
*Grilled beef*

**Cá diêu hồng nướng muối ớt**
*Grilled red tilapia with chilli & salt*

**Cá thu nướng muối ớt**
*Grilled mackerel with chilli & salt*

**Chân gà nướng**
*Grilled chicken legs*

**Chỉ nướng hành hoa**
*Grilled onion*

**Củ đậu dưa chuột**
*Bean and cucumber roots*

**Cua nướng**
*Large grilled crab*

**Dạ dày nướng**
*Grilled stomach*

**Đùi gà nướng lá chanh**
*Roasted crispy chicken leg and lemon leaves*

**Gà xiên nướng**
*Grilled chicken on a skewer*

**Ghẹ nướng muối ớt**
*Sand crab claws with salt and chilli*

**Ghẹ nướng**
*Grilled sand crab claws*

**Hào nướng mơ hành**
*Grilled oyster with spring onion*

**Hàu nướng**
*Grilled oysters*

**Heo xiên nướng**
*Grilled pork on a skewer*

**Mực khó nướng**
*Grilled dried squid*

**Mực một nắng nướng**
*Grilled half dried squid*

**Mực nằm xiên nướng**
*Squid grilled on skewers*

**Mực nướng muối ớt**
*Grilled squid with chilli & salt*

**Mực nướng**
*Grilled squid*

**Mực nướng**
*Grilled squid*

**Mực xiên nướng**
*Grilled squid on a skewer*

**Ngao nướng**
*Grilled clams*

**Nghêu vang nướng mơ hành**
*Grilled clams with spring onion*

**Nướng hải sản**
*Barbecued seafood*

**Nướng báng mỳ mật ong**
*Grilled baguette coated in honey*

**Nướng bò nấm**
*Grilled mushrooms*

**Nướng bò sốt tieu**
*Beef with a pepper sauce*

**Nướng dạ dày sốt tiêu**
*Grilled stomach in pepper sauce*

**Nướng dạ dày**
*Grilled stomach*

**Nướng gầu bò**
*Barbecued beef*

**Nướng gầu gà**
*Barbecued chicken*

**Nương mực**
*Barbecued squid*

**Nướng nâm dê**
*Barbecued mushroom and goat*

**Nướng long**
*Barbecued heart*

**Nướng sườn chua ngọt**
*Baked sweet and sour pork ribs*

**Nướng thập cẩm**
*Baked food from the highlands*

**Nướng thịt ba chỉ**
*Barbecued bacon*

**Nướng thịt dải ướp riềng mẻ**
*Barbecued strips of meat marinated in fresh galangal*

**Ốc hương nướng**
*Grilled sweet snail*

**Ốc nướng**
*Baked/grilled snails*

**Sò nướng**
*Grilled oysters*

**Sụn nướng**
*Barbecued pork cartilage*

**Sườn nướng xả ớt**
*Grilled pork ribs with lemongrass & chilli*

**Thịt nướng hàn quốc**
*Korean style meat barbecue*

**Thịt nướng xiên**
*Meat barbecued on skewers*

**Tôm nướng**
*Grilled shrimp*

# LUỘC
BOILED

### Chân gà luộc
*Boiled chicken feet*

### Gà luộc
*Boiled chicken*

### Ngô luộc
*Sweet corn on the cob*

### Ốc luộc
*Boiled snails*

# RANG
ROASTED

### Bắp trâu rang muối
*Salted roasted buffalo and corn*

### Cơm rang bò
*Beef fried rice*

### Cỏm rang cải gà
*Finely sliced chicken fried rice*

### Cơm rang cua
*Fried rice with crab*

**Cơm rang dưa bò**
*Fried rice with pickles & beef*

**Cơm rang dưa gò**
*Fried rice and coconut*

**Cơm rang gà**
*Chicken fried rice*

**Cơm rang hải sản**
*Seafood fried rice*

**Cơm rang mề**
*Fried chicken gizzards*

**Cơm rang thập cẩm**
*Fried rice mixed with vegetables and meat*

**Cơm rang thập cẩm**
*Mixed fried rice*

**Cơm rang**
*Field rice*

**Cơm rang**
*Fried rice and pilau*

**Cơm thịt rang**
*Roasted meat and rice*

**Cua rang me**
*Roasted crab with tamarind*

**Cua rang muối**
*Roasted crab with salt*

**Cua rang muối**
*Roasted crab with salt*

**Ếch rang muối**
*Roasted frog with salt*

**Ghẹ rang muối**
*Roasted spider crab with salt*

**Rang me**
*Roasted tamarind*

**Sụn gà rang muối**
*Salted chicken cartilage*

**Tôm rang muối**
*Roasted shrimp with salt*

# XÀO/CHIÊN
SAUTEED/FRIED

**Bánh bao chiên nhân thịt**
*Deep fried dumplings with pork*

**Bánh bao chiên**
*Fried soft white bun*

**Bánh bèo chén**
*Tapioca cake with shredded shrimp*

**Bánh chuối chiên**
*Banana pancake*

**Bánh khoai chiên**
*Sweet potato pancake*

**Bê xào lăn**
*Sautéed veal*

**Bê xào xả ớt**
*Sautéed cow and fried peppers*

**Bò lúc lắc khoai tây chiên**
*Fried diced beef with potatoes*

**Bò xào cần tỏi**
*Sauteed with garlic*

**Bò xào dưa chua**
*Stir fried beef and pickles*

## Bò xào ót đà lạt
*Chilli fried beef with Da Lat lemongrass*

## Bò xào xả ớt
*Stirred fried beef and chilli*

## Bún gạo xào tôm thịt
*Stir fried vermicelli with pork and shrimp*

## Bún xào hải sản
*Stir fried noodles with seafood*

## Cá chép chiên xù
*Deep fried whole carp*

## Cá rô đồng chiên giòn
*Deep fried Vietnamese tilapia*

## Chả cá hà nội
*Hanoi fried fish with dill & green onion*

## Chả mực thìa là
*Fried paste squid ball with dill*

## Chim xào chua
*Sauteed bird and tomatoes*

## Chim xao nấm
*Bird and mushrooms*

## Chin
*Cooked well done*

**Cơm bê xào xả ớt**
*Fried rice with veal and chilli*

**Cơm bò xào thập cẩm**
*Mixed beef fried rice*

**Cơm chuối xào ốc đặc**
*Special banana fried rice*

**Cơm long xào dưa**
*Fried rice with melon*

**Cơm phở xào**
*Stir fried rice noodle soup*

**Đâu phu xào xả ớt**
*Sautéed tofu with chilli peppers*

**Dưa xào**
*Fried melon*

**Đùi ếch chiên giòn**
*Fried frog legs*

**Ếch chiên bơ tỏi**
*Fried frog in butter and garlic*

**Ếch xào lăn**
*Fried frog*

**Ếch xào măng**
*Fried frog and bamboo shoots*

**Gà ác xào chua**
*Sour chicken*

**Gà tần xào chua**
*Sour chicken*

**Gà xào chua ngọt**
*Stir fried sweet and sour chicken*

**Gà xao hạt điều**
*Stir fried chicken with cashews*

**Gà xào**
*Stir fried chicken*

**Gà xối mỡ**
*Fried chicken fat*

**Gân bò xào dưa**
*Pickled beef tendon*

**Hủ tíu xào**
*Stir fried tofu and noodle dish with ground beef and organ meat*

**Khoai chiên ròn**
*Crisp fried potatoes*

**Khoai lang chiên**
*Fried sweet potatoes*

**Khoai táy chiên**
*French fries*

**Lươn xào mỳ**
*Fried eel and wheat noodles*

**Lươn xào**
*Deep fried eel*

**Mì xào bò**
*Stir fried pasta noodles with beef*

**Mí xào hải sản**
*Stir fried pasta noodles with seafood*

**Miến lươn xào**
*Vermicelli and fried eel*

**Miến xào hả sản**
*Fried cassava vermicelli*

**Miến xào lươn**
*Fried vermicelli and eel*

**Miến xào lươn**
*Stir fried vermicelli and eel*

**Mực chiên bơ**
*Squid fried in butter*

**Mực chiên bơ**
*Squid fried with butter*

**Mực một nắng chiên giòn**
*Deep fried half-dried squid*

**Mực tẩm bột chiên giòn**
*Crispy battered squid*

**Mực xào cần tỏi**
*Fried squid with celery and garlic*

**Mực xào cần tỏi**
*Stir fried squid with vegetables*

**Mực xào sa tê**
*Stir fried squid with satay*

**Mực xào xả ót**
*Stir fried squid with chilli*

**Mỳ xào bò**
*Stir fried beef and pasta*

**Mỳ xào gà nấm**
*Stir fried chicken, mushrooms and pasta*

**Mỳ xào gà**
*Stir fried chicken and pasta*

**Mỳ xào mề tim gà**
*Stir fried chicken gizzards and heart with pasta*

**Mỳ xào rau**
*Pasta noodles and stir fried vegetables*

**Mỳ xào với thịt bò, rau và trứng**
*Fried pasta noodles with vegetables, beef and egg*

**Ngao xào**
*Fried clams*

**Ngô mỹ chiên bơ**
*USA corn, fried with butter*

**Ngọn su su xào tỏi**
*Sauteed chayote shoots with garlic*

**Nui xào bò bằm**
*Stir fried vermicelli with minced beef*

**Ốc xào**
*Fried snails*

**Phở xào giòn**
*Stir fried noodle with sautéed beef*

**Rau cải xào**
*Stir fried Vietnamese cabbage*

**Rau muống xào tỏi**
*Stir fried water spinach with garlic*

**Rau xáo theo mùa**
*Stir fried seasonal vegetables*

**Sủi cảo chiên**
*Fried dim sims*

**Tôm chiên xù**
*Breaded deep fried shrimp*

**Tôm chiên mắm xả ớt**
*Fried shrimp with lemongrass and chilli*

**Tôm tẩm bột chiên**
*Fried breaded shrimp*

**Xà lách áp chảo thịt bò**
*Sauteed beef with green salad*

**Xào xả ớt**
*Fried peppers*

# STREET FOOD ADDRESSES

## Nướng - Barbecue

*Vietnamese barbecue can be as simple as a metal tin alight with a handful of coals to a two meter smoldering smoking barbecue. Barbecue specialities are squid, goat, beef, chicken, pork, vegetables to a range of sea food. Look for the smoke and drift on in.*

## Muc nuong - Grilled squid

*There's nothing better than sitting on a busy Hanoi sidewalk watching your dried squid being grilled over hot coals, before being shredded and served with a spicy,chilli, salt and lime dip; accompanied with a beer or local rice wine.*

### Try it:
*Muc Nuong, 36 Hang Bo, Old Quarter, Hanoi.*

### Try it:
*66 Hàng Bông, Hoàn Kiếm, Hanoi.*

### How to find it:
*Corner of Hang Bong and Duong Thanh.*

**About it:**

*During the daytime this corner stall sells hats to tourists. After 6pm, it turns into a bustling street BBQ place.*

## Bo Nuong - Barbecued Beef
**Try it:**
*47 Ma May, Hoàn Kiếm, Hanoi.*

**Try it:**
*5 Hang Dau, Hoàn Kiếm, Hanoi.*

## Chimquay - Barbecued sparrow
**Try it:**
*20 Hang Giay, Hoàn Kiếm, Hanoi.*

## Gà Nướng - Barbecued chicken

*Ly Van Phuc is locally known as Chicken Street. The chicken menus are nearly identical all the way down this aromatic smoky street. Chicken wings, legs and feet are brushed with honey before grilling And served with chilli sauce and pickled cucumbers in sweet vinegar.*

**Try it:**

*Barbecued chicken street. Ly Van Phuc street. Look for smoke curling up from the barbecues.*

**Try it:**
*5 Ly Van Phuc, Ba Đình, Hanoi.*

**About it:**
*Consistantly high rating for their famous barbecued chicken.*

**Try it:**
*244 Ba Trieu Street, Hanoi.*

**How to find it:**
*A block or two north of Vincom Tower on Ba Trieu, Hanoi.*

**About it:**
*This is a street stall. Opens early evening.*

**Try it:**
*31 Lý Tự Trọng, District 1,Saigon*

**Try it:**
*31 Lý Tự Trọng, District 1, Saigon*

## Ga choi - Fighting cock

*Fighting cocks steamed, fried, stewed, fresh and coated in chilli.*

**Try it:**
*49A Tran Quoc Toan, Hanoi.*

## Bia Hơi / Bia Tươi

*Bia Hoi has some of the best street food. Look*

*for places where the local crowds are. If a place is packed, it's got the best beer and food around. Don't go around, go on in.*

## Bánh bao - Steamed bun

*Bánh bao a ball-shaped dumpling with pork, onions, eggs, mushrooms and vegetables inside. Bánh bao is a Cantonese style dim sim.*

**Try it:**
*43 Hang Be, Hoàn Kiếm, Hanoi.*

**About it:**
*Sells Banh bao in the morning.*

**Try it:**
*10 Tran Nhat Duat, Hoàn Kiếm, Hanoi.*

**How to find it:**
*The stall is in front of a fruit shop.*

**About it:**
*Sells Banh Bao for breakfast.*

**Try it:**
*2 Ta Hien, Hoàn Kiếm, Hanoi.*

**How to find it:**
*Near the junction of Ta Hien and Hang Buom. Hanoi.*

**Try it:**
*56 Hang Chieu, Hoàn Kiếm, Hanoi.*

**How to find it:**
*In front of another shop.*

**Try it:**
*155 Bui Vien, District 1, Saigon*

**Try it:**
*92A Mạc Đĩnh Chi, District 1, Saigon*

## Bánh Cuốn - Rice pancakes

*Banh cuon is a Northern Vietnamese dish. Thin steamed rice flour pancakes filled with minced pork and cloud ear mushrooms, served with nuoc cham, a fish-sauce based dipping sauce, fried shallots and fresh herbs. Banh cuon is often eaten for breakfast or as an evening pick-me-up.*

**Try it:**
*66 To Hien Thanh Street, Hai Bà Trưng, Hanoi.*

**How to find it:**
*Hien Thanh Street between Ba Trieu and Hue Street.*

**Try it:**
*14 Hàng Gà, Hoàn Kiếm, Hanoi.*

**Try it:**
*Thanh Van Banh Cuon, 14 Hang Ga, Old Quarter, Hanoi.*

**Try it:**
*101 Bà Triệu, Hai Bà Trưng, Hanoi.*

**How to find it:**
*Ba Trieu Street, go past Tran Nhan Tong - Ba Trieu crossroads about 200 metres on the left.*

**Try it:**
*11 Tong Duy Tan Street, Ba Đình, Hanoi.*

**How to find it:**
*On the streets, where Hoan Kiem, Ba Dinh, and Dong Da districts all come together.*

**Try it:**
*81 Lê Van Huu, Hai Bà Trưng, Hanoi.*

**How to find it:**
*Between Phô Huê and Ngô Thi Nhâm, Hanoi.*

**Try it:**
*101 Bà Triệu, Hai Bà Trưng, Hanoi.*

**Try it:**
*34 Yen Phu, Tây Hồ, Hanoi.*

**Try it:**
*66 To Hien Thanh Street, Hai Bà Trưng, Hanoi.*

**How to find it:**
*Between Ba Trieu and Hue Street.*

**Try it:**
*30 Thanh Ha, Hoàn Kiếm, Hanoi.*

**Try it:**
*16 Dao Duy Tu, Hoàn Kiếm, Hanoi.*

**Try it:**
*48 Dao Duy Tu, Hoàn Kiếm, Hanoi.*

**Try it:**
*221 Lý Tự Trọng, District 1, Saigon.*

**Try it:**
*116 Nguyen Van Thoai, Da Nang, Hanoi.*

## Bánh giò - Dumpling

*Bánh giò is a pyramid shaped rice dumpling filled with pork shallots, wood-ear mushrooms and pepper, steamed in a banana leaf.*

**Try it:**
*72 Nguyen An Ninh, Hai Bà Trưng, Hanoi.*

**Try it:**
*40 Nguyen An Ninh, Hai Bà Trưng, Hanoi.*

**Try it:**
*94 Tue Tinh, Hoàn Kiếm, Hanoi.*

**Try it:**
*80a Tue Tinh, Hoàn Kiếm, Hanoi.*

## Bánh gối

*Bánh gối pillow cake is a popular "cake" fried crispy brown on the outside and filled with pork, shrimps and vegetables. Served with sweet/ sour fish sauce.*

**Try it:**
*19 Hang Giay, Hoàn Kiếm, Hanoi.*

**How to find it:**
*The shop has no sign, look for number 19.*

**Try it:**
*109 E7 Ta Quang Buu, Hai Bà Trưng,Hanoi.*

**Try it:**
*25 Le Dai Hanh, Hoàn Kiếm,Hanoi.*

**How to find it:**
*Located in an alley at no.25*

**Try it:**
*52 Ly Quoc Su, Hoàn Kiếm, Hanoi.*

# Bánh khúc

*Bánh khúc is a glutinous rice ball from the Red River Delta. Sticky rice wrapped in khuc leaf, filled with mung bean, pork fat and pepper. Made during the 2nd and 3rd months of the lunar year, when khuc leaves are in season.*

**Try it:**
*15 Hang Giay, Hoàn Kiếm, Hanoi.*

**How to find it:**
*In front of a wedding studio.*

**Try it:**
*56 Hang Chieu, Hoàn Kiếm, Hanoi.*

## Bánh tôm Hồ Tây - West Lake shrimp cake

*Bánh tôm Hồ Tây are battered deep fried shrimp patties. They were originally made from freshwater shrimp that were caught in West Lake. Now shrimp are farmed and delivered fresh to West Lake restaurants. Bánh tôm Hồ Tây is served with sweet and sour fish sauce, green papaya and carrot slices.*

**Try it:**
*25 Phu Tay Ho, Tây Hồ, Hanoi.*

**How to find it:**
*The street leading to the entrance of the West Lake Pagoda.*

**Try it:**
*33 Phu Tay Ho, Tây Hồ, Hanoi.*

**How to find it:**
*The street leading to the entrance of the West Lake Pagoda.*

**Try it:**
*39 Phu Tay Ho, Tây Hồ, Hanoi.*

**How to find it:**
*On the street leading to the entrance to the West Lake Pagoda.*

## Bánh xèo - Fried pancake

*Bánh xèo is a savoury fried pancake. Made from rice flour, water and turmeric powder. Fill the pancake with bean sprouts, pork, shrimp, chilli, mint and green onions then wrap in mustard leaves, lettuce leaves, rice paper. Sweet and sour fish sauce dip. Particularly good in the central and southern parts of Vietnam.*

**Try it:**
*Ba Đình, Hanoi.*

**How to find it:**
*Next to #167 Doi Can, Hanoi.*

**Try it:**
*104 Thai Ha, Đống Đa, Hanoi.*

**Try it:**
*29 Ton Duc Thang Street, Đống Đa, Hanoi.*

**About it:**
*Only open evenings.*

**Try it:**
*117 Thai Ha, Đống Đa, Hanoi.*

**How to find it:**
*Just down the alley. Opposite Apollo English school.*

**Try it:**
*22 Hang Bo, Hoàn Kiếm, Hanoi.*

**How to find it:**
*Close to the corner of Hang Bo Street and Luong Van Can Street.*

**Try it:**
*107 E5 Ta Quang Buu, Hai Bà Trưng, Hanoi.*

**Try it:**
*3a To Hien Thanh, Hoàn Kiếm, Hanoi.*

**Try it:**
*22 Hang Bo, Hoàn Kiếm, Hanoi.*

**Try it:**
*104 Thai Ha, Hanoi.*

**Try it:**
*75 Nui Truc, Kim Ma, Hanoi.*

**Try it:**
*22 Hang Bo, Hanoi.*

**Try it:**
*29 Ton Duc Thang, Hanoi.*

**Try it:**
*77A Dai Co Viet, Hanoi.*

## Bò bít tết - Beef steak

*Bò bít tết (beef steak) is the Vietnamese answer to meat and potatoes. Sizzling skillets of thin local steak, sausage, green onion and chips. Served up on sizzling hot plates with a baguette.*

**Try it:**
*20 Hang Giay, Hoàn Kiếm, Hanoi.*

**How to find it:**
*On the corner of Hang Buom and Hang Giay Street.*

**Try it:**
*51 Hang Buom, Hoàn Kiếm, Hanoi.*

**Try it:**
*299 Giang Vo, Đống Đa, Hanoi.*

**About it:**
*A popular steak place.*

**Try it:**
*3 Hòe Nhai, Ba Đình, Hanoi.*

**About it:**
*Vietnamese steak style restaurant.*

**Try it:**
*282 Nghi Tàm, Tây Hồ, Hanoi.*

**How to find it:**
*Halfway up Nghi Tam Street.*

**Try it:**
*51 Hang Buom, Hoàn Kiếm,Hanoi.*

## Bún bò - Beef with rice vermicelli

*Bún bò, is a popular dish in the northern regions of Vietnam. White rice vermicelli, beef and broth. Restaurants make different broths, according to their special recipes.*

**Try it:**
*67 Hang Dieu, Hoan Kiem, Hanoi.*

**Try it:**
*38 Hang Buom, Hoan Kiem, Hanoi.*

**Try it:**
*69 Cau Dong, Hoàn Kiếm, Hanoi.*

**How to find it:**
*Alley next to Dong Xuan market.*

**About it:**
*A stall that sells Pho bo and Bun bo. In the afternoon a lady sells Nom here.*

**Try it:**
*169 Mai Hac De, Hoàn Kiếm, Hanoi.*

**About it:**
*Sells Bun bo, Bun oc and Bun rieu.*

## Bún bò nam bộ - Southern beef vermicelli

*Bún bò nam bộ. A dry style noodle dish featuring dried beef, dried onions, beansprouts and other raw vegetables, cooked in fish sauce. The beef is marinated in sweet and sour sauce.*

**Try it:**
*67 Hàng Điếu, Hoàn Kiếm, Hanoi.*

**Try it:**
*37 Hang Buom, Hoàn Kiếm, Hanoi*

**How to find it:**
*Just east of the Ta Hien/Hang Buom intersection.*

**Try it:**
*24 Lý Quốc Sư, Hoàn Kiếm, Hanoi.*

**About it:**
*A great little Bún bò (beef noodle) place. The bun and crab soup is also good.*

**Try it:**
*67 Hàng Điếu, Hoàn Kiếm, Hanoi.*

**How to find it:**
*Just North of the Hang Da market.*

**About it:**
*Family run restaurant since the 70's. Southern-style semi-dry noodles and nem chua.*

**Try it:**
*49 xuan Dieu, Tây Hồ, Hanoi.*

**How to find it:**
*Right next to Bun Cha on 49 Xuan Dieu, south side of Fraser Suites (apartments).*

## Bún chả - Noodle and chargrilled meat patties

*Bun cha is a lunch time favourite with Hanoi locals. Meat patties (pork)are grilled over a charcoal fire. These patties are accompanied with pieces of bacony pork in a steamy broth. Served with three side dishes. White rice noodles (bún), a plate of fresh herbs, a small bowl of fish sauce and chillies. Preserved garlic and white vinegar.can be spooned over into the bun for flavour. You can also order deep-fried spring rolls to dip into the broth or side dishes.*

### Try it:
*Bun Cha, 34 Hang Than, Hanoi.*

### Try it:
*34 Hàng Than, Hoàn Kiếm, Hanoi.*

### How to find it:
*Half way up Hang Than on the west side.*

### Try it:
*47C Mai Hac De, Hoàn Kiếm, Hanoi.*

### Try it:
*67 Duong Thanh Street, Hoàn Kiếm, Hanoi.*

### Try it:
*1 Hang Manh, Hoàn Kiếm, Hanoi.*

**Try it:**
*67 Duong Thanh Street, Hoàn Kiếm, Hanoi.*

**Try it:**
*34 Hàng Than, Hoàn Kiếm, Hanoi.*

**How to find it:**
*Half way up Hang Than.*

**Try it:**
*Alley 81 Lac Long Quan Street, Cầu Giấy, Hanoi.*

**How to find it:**
*Look for an ancient archway with Chinese characters.*

**Try it:**
*47C Mai Hac De, Hoàn Kiếm, Hanoi.*

**Try it:**
*38 Mai Hắc Đế, Hoàn Kiếm, Hanoi.*

**Try it:**
*43 Cầu Gỗ, Hoàn Kiếm, Hanoi.*

**How to find it:**
*South side of the street.*

**Try it:**
*3a Quang Trung, Hoàn Kiếm, Hanoi.*

**Try it:**
*45A Mai Hắc Đế, Hoàn Kiếm, Hanoi.*

## Bún chân giò - Pig trotters and vermicelli

*Bún chân giò sometimes called bún chân giò dọc mùng. A broth and noodle dish of marinated pork trotters, ribs, taro, tomatoes and fresh herbs.*

**Try it:**
*65 Hang Non, Hoàn Kiếm, Hanoi*

**Try it:**
*14 Hang Khoai, Hoàn Kiếm, Hanoi*

**Try it:**
*8 Ngo Gach, Hoàn Kiếm, Hanoi*

**Try it:**
*24 Nguyen Quang Bich, Hoàn Kiếm,*

**About it:**
*Sells, Bun moc, Bun luoi, Bun doc mung and Bun thit.*

## Bún Cá Hà Nội - Fish noodle soup

*Bún cá Hà Nội -Hanoi fish noodle soup is a popular dish in the city. Crispy mullet and water dropwort (a green vegetable) are fried with tomatoes.*

**Try it:**
*57 To Hien Thanh, Hoàn Kiếm, Hanoi.*

**Try it:**
*54 Nguyen An Ninh, Hai Bà Trưng, Hanoi.*

**About it:**
*An outdoor stall.*

**Try it:**
*145 Nguyen An Ninh, Hai Bà Trưng, Hanoi.*

# Bún mọc

*Bún mọc - Noodles pork ribs, red pork sausage, cured pork paste- mọc, mushrooms and fish sauce served with vegetables; in a pork and/or chicken broth.*

**Try it:**
*46 Tran Nhat Duat, Hoàn Kiếm, Hanoi.*

**Try it:**
*19a Nguyen Thien Thuat, Hoàn Kiếm, Hanoi.*

**Try it:**
*2 Le Quy Don, Hai Bà Trưng, Hanoi.*

## Bún ngan

*Bún ngan (Muskcovy duck in noodles). Ingredients are duck, rice vermicelli, bamboo shoots and green onion, served in broth made from pork bones and tomatoes.*

**Try it:**
*47 Cau Dong, Hoàn Kiếm, Hanoi.*

**Try it:**
*1 Thanh Ha, Hoàn Kiếm, Hanoi.*

**Try it:**
*8 Hang Khoai, Hoàn Kiếm, Hanoi.*

**Try it:**
*18 Hang Mam, Hoàn Kiếm, Hanoi.*

**Try it:**
*25b Hang Giay, Hoàn Kiếm, Hanoi.*

## Bún riêu cua - Crab paste and Vermicelli

*Bún riêu cua is a complex noodle dish. Tomato broth, topped with brown paddy crab paste. Includes fried tofu, mẻ (ferment) or bỗng (fermented grains), annatto seeds (hạt điều màu) and to redden the broth, pig's blood, water spinach, banana flower, spearmint, perilla, bean sprouts and vegetarian sausage.*

**Try it:**
*11 Hang Bac St, Old Quarter, Hanoi.*

**Try it:**
*75 Hang Bong, Hoàn Kiếm, Hanoi.*

**Try it:**
*24 Thanh Ha, Hoàn Kiếm, Hanoi.*

**Try it:**
*8 Dao Duy Tu, Hoàn Kiếm, Hanoi.*

**Try it:**
*8 Quan Su, Hoàn Kiếm, Hanoi.*

## Bún thang - Vermicelli egg, chicken and pork soup

*Bún thang consists of twenty ingredients served in a clear broth.*

**Try it:**
*Lane 28 Thanh Ha, Hoàn Kiếm, Hanoi.*

**Try it:**
*31 Hang Khoai, Hoàn Kiếm, Hanoi.*

**Try it:**
*20 Nguyen An Ninh, Hai Bà Trưng, Hanoi.*

## Bún Ốc - Noodles and snail

**Try it:**
*13 Hoè Nhai Street, Ba Đình, Hanoi.*

**Try it:**
*No.2 Cao Dat street, Hai Bà Trưng, Hanoi.*

## Bún ốc bò - Snails and beef noodles

*Bún ốc bò is a combination of snails and beef served in light sour broth. You can add pork patties or bread sticks.*

**Try it:**
*23 Hang Khoai, Hoàn Kiếm, Hanoi.*

## Bún đậu mắm tôm - Shrimp paste and tofu noodles

*Bún đậu mắm tôm is a vermicelli noodle dish served with fried tofu, shrimp paste and vegetables.*

**Try it:**
*55 Phat Loc, Hoàn Kiếm, Hanoi.*

**How to find it:**
*At the junction of Hang Bac and Hang Be.*

**Try it:**
*49 Phat Loc, Hoàn Kiếm, Hanoi.*

**How to find it:**
*A small alley at the junction of Hang Bac and Hang Be.*

**About it:**
*An indoor restaurant. Open in the morning and afternoon.*

**Try it:**
*57 Hang Chieu, Hoàn Kiếm, Hanoi.*

## Chả cá- Grilled and fried fish

*Chả cá is a dish of marinated catfish grilled on charcoal, fried in oil. Served with vermicelli noodles herbs and vegetables, rice crackers and a peanut or shrimp sauce.*

**Try it:**
*14 Cha Ca Street, Hoàn Kiếm, Hanoi.*

**About it:**
*One of the oldest restaurants in Vietnam, five generations. One hundred thirty-five years. One dish....fried fish.*

**Try it:**
*15 Chan Cam, Hanoi.*

**Try it:**
*26 Tran Hung Dao, Hoàn Kiếm, Hanoi.*

**Try it:**
*21 Duong Thanh, Hoàn Kiếm, Hanoi.*

**Try it:**
*25 Duong Thanh, Hoàn Kiếm, Hanoi.*

**About it:**
*A modern Cha Ca restaurant.*

## Cháo - Rice porridge

## Cháo long - Intestine rice porridge

*Cháo lòng has pig's intestine sliced into the porridge. Cháo lòng is often sold in the same restaurant as tiết canh (blood soup). Cháo is very popular in Vietnam. Most often sold in the morning. You may also see Cháo hoa (flower rice) made from unmilled rice.*

**Try it:**
*25 Hang Thung, Hoàn Kiếm, Hanoi.*

**Try it:**
*5 Nguyen Van To, Hoàn Kiếm, Hanoi.*

## Cháo cá - Fish porridge

*Fish porridge with green onion, dill and slices of ginger.*

**Try it:**
*Doan Xom Chao Ca, 213 Hang Bang, Hanoi.*

## Cháo sườn - Rib rice porridge

*Cháo sườn is cháo with grilled pork rib meat, off the bone.*

**Try it:**
*19 Hang Non, Hoàn Kiếm, Hanoi.*

## Cháo trai - Clam rice porridge
*Cháo trai is cháo with clams.*
**Try it:**
*23 Hang Giay, Hoàn Kiếm, Hanoi.*

## Chè
*Chè is a traditional Vietnamese sweet dessert soup or pudding. Made with fruit.*
**Try it:**
*16 Hang Mam, Hoàn Kiếm, Hanoi.*
**Try it:**
*49 Cau Dong, Hoàn Kiếm, Hanoi.*
**Try it:**
*82 Hang Dieu, Hoàn Kiếm, Hanoi.*
**Try it:**
*17 Thanh Ha, Hoàn Kiếm, Hanoi.*

## Cơm bình dân - Workers rice lunch
*Cơm bình dân: inexpensive food consisting of a selection of meats, shrimp and vegetables placed on top of a plateful of rice.*

**Try it:**
*14 Lý Thường Kiệt, Hoàn Kiếm, Hanoi.*

**Try it:**
*40 Cau Go, Hoàn Kiếm, Hanoi.*

**About it:**
*A popular sidewalk eatery in the Old Quarter. Basic Vietnamese cuisine.*

**Try it:**
*1 Dao Duy Tu, Hoàn Kiếm, Hanoi.*

**About it:**
*Sells mainly Com binh dan and pho ga.*

**Try it:**
*14 Lý Thường Kiệt, Hoàn Kiếm, Hanoi.*

**How to find it:**
*Near the end of Le Thuong Kiet, Hanoi.*

**Try it:**
*40 Cau Go, Hoàn Kiếm, Hanoi.*

# Lẩu - Hotpot

*Lẩu is a popular communal way of eating. The hot pot simmers in the center of the table, while you cook and eat from the hot pot. Choose from a menu selection of raw food.*

**Try it:**
*1 Hàng Cót, Hoàn Kiếm, Hanoi.*

**How to find it:**
*Far northern end of the Old Quarter.*

**About it:**
*A popular goat hot pot restaurant.*

**Try it:**
*4C Cam Chi, Hoàn Kiếm, Hanoi.*

**Try it:**
*Gam Cau, Hoàn Kiếm Hanoi.*

**How to find it:**
*Right at the junction of Gam Cau and Nguyen Thiep.*

**Try it:**
*26/28 Phung Hung Street, Hoàn Kiếm, Hanoi.*

**About it:**
*Hot pot specializing in seafood.*

**Try It:**
*70-72 Le Thanh Ton Street, District 1, Saigon.*

**Try it:**
*K38 Võ Thị Sáu, District 3, Saigon.*

**Try it:**
*222 Lê Thánh Tôn, District 1, Saigon.*

**Try it:**
*11 Công Trường Mê Linh, District 1, Saigon.*

**Try it:**
*17 Đinh Tiên Hoàng, District 1, Saigon.*

## Miến lươn - Eels and glass noodles

*Miến lươn is served in two ways. Dry eel noodle soup or eel noodle soup. Dry eel soup is fried crispy eel with onions. Eel soup is made from fresh eel and mushrooms. The broth is made from stewed eel bones, ginger and glass noodles.*

**Try it:**
*Phố Hàng Da, Hoàn Kiếm, Hanoi.*

**Try it:**
*34 Yen Ninh, Hoàn Kiếm, Hanoi.*

**Try it:**
*87 Hang Dieu, Hoàn Kiếm, Hanoi.*

**Try it:**
*34 Le Dai Hanh Mai Hac De and Ba Trieu. Hanoi.*

**Try it:**
*Tan, 14 Tue Tinh, Hanoi.*

**Try it:**
*87 Hang Dieu, Hanoi.*

## Mì bò - Beef noodles

*Mì bò is noodle soup with beef. The broth is made from stewed pork bones. Sa tế (chilli oil) is often added.*

**Try it:**
*63 Nguyen Thiep, Hoàn Kiếm, Hanoi.*

## Mì tim - Pig heart noodle soup
*Mì tim is made from the same broth as Mi bo but beef is replaced with pig heart.*
**Try it:**
*2 Gam Cau, Hoàn Kiếm, Hanoi*

## Mì vằn thắn - Wonton noodles
*Mì vằn thắn dumplings are an adaption of dumplings from Guangzhou, China. Chicken, prawns, pork and mushrooms.*
**Try it:**
*24 Dinh Ngang, Hoàn Kiếm, Hanoi.*

**Try it:**
*40 Tue Tinh, Hoàn Kiếm, Hanoi.*

## Nem chua rán - Fried sour roll
*Nem chua rán is a deep fried nem roll. Filled with marinated pork and shredded pork skin. Dip in chilli sauce.*
**Try it:**
*38 Hang Bong, Hoàn Kiếm, Hanoi.*

**How to find it:**
*Tam Thuong is a small alley at 38 Hang Bong.*

## Nem cua be - Crab spring roll

*Nem cua be is a large square fried spring roll filled with crab meat.*

**Try it:**
*Nem Vuong Pho Co, 58 Dao Duy Tu, Old Quarter, Hanoi.*

**Try it:**
*40 Ngo Thanh Son, Hang Bong, Hoan Kiem, Hanoi.*

## Nộm bò khô - Dried beef salad

*Nộm bò khô is a salad with dried beef, carrots, papaya, marjoram and peanuts, with a spicy garlic and chilli dressing.*

**Try it:**
*23 Ho Hoan Kiem, Hoàn Kiếm, Hanoi.*

**About it:**
*It's famous for its Nom bo kho.*

## Phở - Noodle soup

*Phở is a traditional noodle soup made from beef broth, green onions, vegetables and noodles. Phở recipies are kept secret by the restaurants.*

**Try it:**
*4 Trung Yen lane, Dinh Liet Street, Hoàn Kiếm, Hanoi.*

**How to find it:**
*Hidden down a lane off Dinh Liet.*

**Try it:**
*31 Ly Thuong Kiet Street, Hoàn Kiếm, Hanoi.*

**Try it:**
*7 Nam Ngu, Hoàn Kiếm, Hanoi.*

**How to find it:**
*On a small street between Le Duan and Phan Boi Chau.*

**Try it:**
*30 Phan Boi Chau, Hoàn Kiếm, Hanoi.*

**Try it:**
*10 Ly Quoc Su, Hoàn Kiếm, Hanoi.*

**How to find it:**
*Halfway down the street on the left hand side, heading north.*

# Phở bò - Noodle soup

*Phở is a traditional noodle soup made from beef, green onions, vegetables, and beef broth. Phở recipies are kept secret by the restaurants.*

**Try it:**
*Pho 112, 112 Van Phuc, Ba Dinh, Hanoi.*

**Try it:**
*3 Vo Thi Sau, Hai Bà Trưng, Hanoi.*

**Try it:**
*225 De Tran Khat Chan, Hai Bà Trưng, Hanoi.*

**Try it:**
*10 Nguyễn Thi Nghia, District 1, Saigon.*

**Try it:**
*185 Tran Phu, Da Nang.*

**Try it:**
*293 Ngũ Hành Sơn, Da Nang.*

## Phở Gà - Chicken noodle soup

**Try it:**
*112 Van Phuc, Ba Dinh District, Hanoi.*

## Phở cuốn - Rolled phở

*Phở cuốn is Pho noodles made into pancakes. Filled with shrimp, shredded pork, coriander and basil. Served with a bowl of dipping sauce.*

**Try it:**
*No.7 Mac Dinh Chi, Tây Hồ, Hanoi.*

**How to find it:**
*Look for the red sign.*

**Try it:**
*3A To Hien Thanh, Hai Bà Trưng, Hano.i*

**How to find it:**
*At the corner of To Hien Thanh and Pho Hue.*

## Phở gà - Chicken noodle soup

**Try it:**
*35A Nguyen Huu Huan, Hoàn Kiếm, Hanoi.*

**Try it:**
*17 Hang Khoai, Hoàn Kiếm, Hanoi.*

**About it:**
*Also on the menu Pho bo, Xoi ga and Mien ga.*

**Try it:**
*57 Hang Be, Hoàn Kiếm, Hanoi.*

## Phở Xào - Fried rice noodles

*Phở xào is fried noodles with beef. There are two types: ướt (moist) khô (crisp). Served with a beef sauce and pickled cucumber.*

**Try it:**
*33 Lê Đại Hành, Hoàn Kiếm, Hanoi.*

**About it:**
*Open all day.*

**Try it:**
*Hoàn Kiếm, Hanoi.*

**How to find it:**
*Mã Mây Street North of Lương Ngọc Quyến.*

## Trứng vịt lộn - Duck egg embryo

*Trứng vịt lộn is a fertilized duck embryo. Boiled peeled and served whole in a small bowl. Served with lemon juice, ginger, salt, ground pepper and coriander.*

**Try it:**
*1 Thanh Ha, Hoàn Kiếm, Hanoi.*

**Try it:**
*82 Hang Khoai, Hoàn Kiếm, Hanoi.*

**How to find it:**
*In lane 82.*

**Try it:**
*50 Nguyen Van To, Hoàn Kiếm, Hanoi.*

**Try it:**
*10 Đội Cấn, Ba Đình, Hanoi.*

**Try it:**
*Da Tuong street Hoan Kiem, Hanoi.*

## Vịt quay - Roast duck

*Vịt quay (roast duck) is the world famous Peking Duck - duck meat is eaten in a pancake, with spring onions, hoisin sauce or sweet bean sauce.*

**Try it:**
*24 Nguyen Huu Huan, Hoàn Kiếm, Hanoi.*

**About it:**
*Possibly the best roast duck in Hanoi.*

## Vịt nướng - Grilled duck

**Try it:**
*556 Tran Khat Chan, Hai Bà Trưng, Hanoi.*

**About it:**
*Sells duck dishes in a hot pot style.*

## Xôi xéo - Sticky rice

*In the morning on street corners, you'll find women selling the sticky rice in baskets covered in cloth. A good carbo breakfast. It comes wrapped in a banana leaf. Sadly now you see more and more plastic wrapping. Xoi lach - peanuts in rice, Xoi gac - a deep orange coloured xoi made orange from the fruit gac.*

**Try it:**
*30 Hang Giay, Hoàn Kiếm, Hanoi.*

## Ốc luộc

*Ốc luộc (boiled snails) are local freshwater snails prepared with fish sauce, ginger, chilli, salt, and lime leaves.*

**Try it:**
*18 Hang Thung, Hoàn Kiếm, Hanoi.*

**About it:**
*Sells freshwater snails cooked in a southern Vietnam style. Open in the afternoon.*

**Try it:**
*15 Hang Luoc, Hoàn Kiếm, Hanoi.*

**About it:**
*Sells Oc ghe in the afternoon and Bun rieu, Bun oc bo in the morning.*

# SPEAKING VIETNAMESE

As suggested in the title, Fat Noodle is a book of street food translations. You can use it by pointing to the word to get what you want. Or, you can try to say the word in Vietnamese. Even after living here for nearly eight years and after taking courses in Vietnamese, Iwe often struggle to get locals to understand what we want. That's because Vietnamese language is full of subtle complexity.

When you look through Fat Noodle, you can see marks over and under the vowels in the Vietnamese text. These marks indicate tones; the rises and drops in voice which change the meaning of the words. The letter D with a line through it, Đ or đ is pronounced D in the English language, but without the line through the middle, *D* is pronounced *zuh* in the north and *yuh* in the south of Vietnam.

The *ng* sound at the beginning of a word

is a sound from the middle of English words like si*ng*er and fi*ng*er. You can practise this sound by saying a word like singer about five times and then dropping off the first and last syllables so you get the *ng* sound.

The *o* with a hat on it, *ô* is pronounced like the *o* in the word go. The *o*'s and the *u*'s have various pronunciations depending on whether a hook symbol is added *ơ* and *ư* or an accent is added *ó* or *ỏ* or *ò* and of course one more if a dot is added under the vowel *ọ*. Sometimes they are combined *ờ* (and it's the same for the letter *ừ)* !!! Each accent changes the meaning and pronunciaton of the word. One word can have five different meanings depending on the accents.

The talking point is this; don't worry about pronouncing words when you're ordering from the menu. It's easier and less confusing when you use your noodle (Fat Noodle) to point out what you want.

# 'Thưởng thức'

# FAT NOODLE
# STREET GUIDES

With Fat Noodles ebooks there are **links** to hundreds of dish specific street food photographs and over 600 Vietnamese street food dishes.

**GREAT FOR TRAVELERS ON THE GO.**

## 'HANOI OLD QUARTER CITY WALKS' IS AN ESSENTIAL GUIDE FOR HANOI'S OLD QUARTER'

Walking in an ancient city like Hanoi is exhilarating and exciting. Discover ancient secrets and local haunts, as we have, with Fat Noodle's 'Hanoi Old Quarter City Walks'.

# ON THE GO AROUND VIETNAM? VIETNAM'S REGIONAL FOODIES GUIDE IS A MUST

# VIETNAMESE FOOD AND VIETNAMESE COOKING

*Kitchen Confidential Updated Edition: Adventures in the Culinary Underbelly by Anthony Bourdain*

*No Reservations: Around the World on an Empty Stomach by Anthony Bourdain*

*Noodle Pillows: A journey through Vietnamese food and culture by Peta Mathias*

*Vietnamese Food by Bobby Chin*

*Into the Vietnamese Kitchen: Treasured Foodways, Modern Flavours by Andrea Nguyen, Bruce Cost and Leigh Beisch*

*Vietnamese Street Food by Tracy Lister and Andreas Pohi*

*Vietnamese Home Cooking by Charles Phan*

*Pleasures of the Vietnamese Table: Recipes and Reminiscenses from Vietnam's Best Market Kitchens, Street Food cafes, and Home Cooks by Pham Mai*

*Communion: A Culinary Journey Through Vietnam by Kim Fay Ashborn*

*Secrets of The Red Lantern: Stories and Vietnamese Recipes from the Heart by Pauline Nguyen and Luke Nguyen*

*Hanoi Street Food by Tom Vandenberghe and Luc Thuys*

# TRAVEL VIETNAM

*Lonely Planet Vietnam (Country Travel Guide) by Iain Stewart.*

*DK Eyewitness Travel Guide: Vietnam and Angkor Wat by Richard Sterling*

*The Rough Guide to Vietnam by Ron Emmons*

*Lonely Planet Vietnam Cambodia Laos & Northern Thailand (Multi Country Travel Guide by Nick Ray*

*To Vietnam With Love. A Travel Guide for the Connoisseur. (To Asia with Love) by Kim Fay and Julie Fay*

*Vietnam Travel Guide: The Sites, Attractions and Must-See Locations by Ron Lee*

*Vietnam, Cambodia & Loas Handbook, Travel guide to Vietnam, Cambodia & Laos (Footprint-handbooks) by Claire Boobbyer and Andrew Spooner*

*Lonely Planet Vietnam (Country Travel Guide) by Nick Ray*

*Vietnam and Angor Wat (Eyewitness Travel) by Richard Sterling.*

*Travel Unscripted by Mark Murphy*

*National Geographic Traveler: Vietnam 2nd Edition*

# ABOUT VIETNAM

*Diplomacy (A touchstone book) by Henry Kissinger*

*The Lover by Maguerite Duras*

*The Sorrow of War: A novel of North Vietnam by Bao Ninh*

*Paradise of the Blind: A novel by Duong Thu Huong*

*The Ugly American by Eugene Burdick*

*The Quiet American by Graham Greene*

*Vietnam : A History by Stanely Karnow*

*Wandering Through Vietnamese Culture by Huu Ngoc*

www.ingramcontent.com/pod-product-compliance
Lightning Source LLC
Chambersburg PA
CBHW071915290426
44110CB00013B/1371